കടൽ കടന്ന് കടലിലേക്ക്

kadal kadannu kadalilekku
stories

●

shahul valapattanam

●

first edition
may 2015

●

typesetting & published
chintha publishers, thiruvananthapuram

●

●

cover
ambeesh

●

വിതരണം
ദേശാഭിമാനി ബുക്ക് ഹൗസ്
H O തിരുവനന്തപുരം–695 035
phone: 0471-2303026, 6063026
www.chinthapublishers.com
chinthapublishers@gmail.com

ബ്രാഞ്ചുകൾ

ഹെഡ്ഡാഫീസ് ബ്രാഞ്ച് കുന്നുകുഴി • സ്റ്റാച്യു തിരുവനന്തപുരം • കെ എസ്
ആർ ടി സി ബസ് സ്റ്റേഷൻ ആലപ്പുഴ • കെ എസ് ആർ ടി സി ബസ്
സ്റ്റേഷൻ എറണാകുളം • ചിറ്റൂർ റോഡ് എറണാകുളം • മച്ചിങ്ങൽ ലെയ്ൻ
തൃശൂർ • ഐ ജി റോഡ് കോഴിക്കോട് • മാവൂർ റോഡ് കോഴിക്കോട് • എൻ
ജി ഒ യൂണിയൻ ബിൽഡിങ് കണ്ണൂർ • സെൻട്രൽ ബസ് ടെർമിനൽ
കോംപ്ലക്സ് താവക്കര കണ്ണൂർ

CO - 2201 / 3673

കടൽ കടന്ന് കടലിലേക്ക്

കഥകൾ

ശാഹുൽ വളപട്ടണം

ചിന്ത പബ്ലിഷേഴ്സ്
തിരുവനന്തപുരം-695 035
വില: ₹ 65

ശാഹുൽ വളപട്ടണം

1953 ൽ കണ്ണൂർ ജില്ലയിലെ വളപട്ടണത്ത് ജനനം. പിതാവ്: ഇബ്രാഹിം കുട്ടി, മാതാവ്: ഹലീമ. വളപട്ടണം ഗവ: ഹൈസ്കൂളിലും കണ്ണൂർ എസ് എൻ കോളേജിലുമായി വിദ്യാഭ്യാസം. 13-ാംവയസ്സിൽ ആദ്യകഥ പ്രസിദ്ധീകരിച്ചു. *ആത്മബലി, ഊഷരം ഊഷ്മളം, സുബ്ഹി, ഈയലുകൾ, ദിർഹം* (നോവലുകൾ) *ദുഃഖപർവ്വം, പ്രവാസികളുടെ ലോകം, ഉള്ളറകൾ, സൈബീരിയ, സ്പർശം* (കഥാസമാ ഹാരങ്ങൾ) എന്നിവയാണ് പ്രധാന കൃതികൾ.

വർഷങ്ങളായി ദുബായിൽ ജോലി നോക്കുന്നു.

ഭാര്യ	:	ശറഫുന്നീസ
മക്കൾ	:	ശാനിസ, ശാഹിൽ
വിലാസം	:	സ്നേഹ,
		അലവിൽ,
		കണ്ണൂർ-670008
e-mail	:	shahul2323@gmail.com

ഉള്ളടക്കം

പ്രസാധകക്കുറിപ്പ്

പ്രവാസത്തിന് ഒരു സവിശേഷതയുണ്ട്. അകന്നു നിന്നു കാണുമ്പോൾ കാഴ്ചയുടെ സമഗ്രത ഏറും. ആൾക്കൂട്ടത്തിനുള്ളിൽ നില്ക്കുന്ന ആളിന് ആൾക്കൂട്ട ത്തെയാകെ കാണാനാകാത്തതുപോലെയാണത്. മാറി നിന്നു നോക്കുമ്പോൾ കാഴ്ചയുടെ പരിസരം വികസിക്കും. ശാഹുൽ കടൽ കടന്നുപോയ കഥാകാരനാണ്. മണൽക്കാ ടുകളിലെത്തുമ്പോഴും നമ്മുടേത് മലയാളി ജീവിതം തന്നെ യാണ്. മലയാളിയുടെ ഗൾഫ് ജീവിതമാണ് ഈ കഥകളി ലേറെയും പറയുന്നത്. ജീവിതത്തിന്റെ ഒടുങ്ങാത്ത സങ്കീർ ണ്ണതകളാണ് ശാഹുലിന്റെ ഇഷ്ടവിഷയം. ബന്ധങ്ങളുടെ നൂലാമാലകളിൽപ്പെട്ട് കുരുങ്ങിപ്പോകുന്ന മനുഷ്യരുടെ നിസ്സഹായാവസ്ഥ വെളിവാക്കുന്ന കഥ. ഇതിലെ കഥകൾ എന്നാൽ സാമൂഹ്യപരത കൈവിടുന്നുമില്ല. ജീവിതത്തിന്റെ ഉൾക്കടലുകളിലേക്ക് നമ്മെ കൂട്ടുന്ന ഈ കഥകൾ വ്യത്യ സ്തമായ ആസ്വാദനാനുഭവം തരും; തീർച്ച.

ചിന്ത പബ്ലിഷേഴ്സ്

ഇളം വർണ്ണത്തിൽ വരച്ചിട്ട തീക്ഷ്ണ ചിത്രങ്ങൾ

ശിഹാബുദ്ദീൻ പൊയ്ത്തുംകടവ്

ജീവിച്ചിരിക്കുന്ന കാലവും ദേശവും കലരാതെ ഒരു ഭാഷയ്ക്കും മുന്നോട്ടു പോകാനാവില്ല. ചിലപ്പോൾ അത് പ്രത്യക്ഷമായും മറ്റു ചില പ്പോൾ പരോക്ഷമായും കാലദേശങ്ങളെ അടയാളപ്പെടുത്തി കടന്നു പോകുന്നു.

രാഷ്ട്രീയ പ്രതീക്ഷകളുടെ പ്രസന്നാത്മകത പതിയെ കെട്ടുപോയ കാലമായിട്ടാണ് എഴുപതുകളുടെ സർഗ്ഗാത്മക ലോകത്തെ സാഹിത്യ നിരൂപകർ ചൂണ്ടിക്കാട്ടുന്നത്. നേടിയെടുത്ത സ്വാതന്ത്ര്യം മറ്റാരുടേതോ ആണ് എന്ന് കാൽ നൂറ്റാണ്ടു കഴിയുമ്പോഴേക്കും നാം മനസ്സിലാക്കി കഴിഞ്ഞിരുന്നു. എഴുപതുകളുടെ ഒടുവിൽ എത്തുമ്പോഴേക്കും സർഗ്ഗാ ത്മക യൗവനങ്ങൾ അവരുടെ ആന്തരിക ക്ഷോഭങ്ങൾ തീക്ഷ്ണമായി രേഖപ്പെടുത്തുന്നതാണ് നാം കാണുന്നത്. ആ എഴുത്തു ശ്രേണിയിലെ പ്രധാനധാരകൾ ഇവയാണ്: 1. പാരമ്പര്യത്തിൽനിന്ന് ഊർജ്ജം വലി ച്ചെടുക്കുകയും അതിനെ സൗമ്യമായി തങ്ങളുടേതായ നിലയിൽ ആധു നീകരിക്കുകയും ചെയ്തവർ. 2. പാരമ്പര്യ നിഷേധികളായി കടന്നു വരി കയും രചനയിൽ അരാജകത്വത്തോടടുക്കുന്ന രാഷ്ട്രീയത പ്രസരിപ്പി ക്കുകയും ചെയ്തവർ. ആദ്യത്തെ ഇനത്തിൽ വരുന്ന സർഗ്ഗാത്മക ജീവി തമാണ് ശാഹുൽ വളപട്ടണത്തിന്റേത്. കെട്ടിവെച്ച ആന്തരിക ക്ഷോഭ ങ്ങളും പ്രതിരോധിക്കാൻ ശക്തിയില്ലാത്തവരുടെ തീക്ഷ്ണാനുഭവങ്ങൾ അടക്കിവെച്ച തേങ്ങലുകളും അദ്ദേഹത്തിന്റെ കഥകളിൽ സഞ്ചരിക്കു ന്നത് നാം എമ്പാടും കാണുന്നു. സ്നേഹബന്ധങ്ങൾക്കു വന്നു ഭവി ക്കുന്ന ഗുണകരമല്ലാത്ത മാറ്റങ്ങളും അവയെക്കുറിച്ചുള്ള ഉൽക്കണ്ഠകളും മുറിവുകളും ശാഹുൽക്കഥകളുടെ മുഖമുദ്രയാണെന്നു പറയാം. ഇവ യ്ക്കൊപ്പം സാമ്പത്തികാന്തരീക്ഷത്തെപ്പറ്റിയുള്ള ആധികളും പിന്തുട

രുന്നു. സമ്പത്തിനെ കുറിച്ച് വൈരുദ്ധ്യങ്ങളെന്നു നമുക്കു തോന്നാവുന്ന വിധത്തിൽ രണ്ടുതരം ആധികൾ ശാഹുൽക്കഥകളുടെ ലോകത്ത് സംഭ വിക്കുന്നു. 1.സമ്പത്ത് ഇല്ലാത്തതിനെപ്പറ്റി. 2. സമ്പത്ത് വന്നുചേരുമ്പോൾ സംഭവിക്കുന്ന സ്നേഹരാഹിത്യത്തെക്കുറിച്ച്. *ഉമ്മ* എന്ന കഥ ഇതിന് മികച്ച തെളിവാണ്. സാമൂഹ്യഘടനയെ സാമ്പത്തിക വ്യവസ്ഥ എങ്ങനെ നിയന്ത്രിക്കുന്നു എന്നതിന്റെ മികച്ച സ്പെസിമെൻ ആണ് ഈ കഥ. കഥയിൽ മരിച്ചുപോയ ഉപ്പ വന്നുനിൽക്കുന്നതായും ശാസിക്കുന്നതായും പറയുന്നുണ്ട്. സത്യത്തിൽ ഇതു ഭൂതകാല മനഃസാക്ഷിത്വമല്ലാതെ മറ്റൊ ന്നുമല്ല.

മാറുന്ന സാമ്പത്തിക വ്യവസ്ഥ തങ്ങളുടെ മൂല്യവ്യവസ്ഥയ്ക്കും നൈതികബോധത്തിനും മേൽ അധീശത്വം സ്ഥാപിക്കുമോ എന്ന ഉൽക്കണ്ഠ ഈ കഥകളുടെ ആന്തരികഭാവമായിത്തീർക്കുന്ന നീർച്ചാൽ, കലാപരമായ സാമൂഹ്യാവബോധം തന്നെ.

തൊഴിലില്ലായ്മയുടെയും വറുതിയുടെയും തീക്ഷ്ണ കാലമാണ് എഴുപതുകൾ. ഇതു വടക്കേ മലബാറിൽ രണ്ടുതരം കുടിയേറ്റങ്ങൾക്കു കാരണമായി. ഗൾഫ് കുടിയേറ്റമാണ് ഒന്ന്. മറ്റൊന്ന് തെക്കൻ കേരള ത്തിൽനിന്നും വന്നവരുടെ പശ്ചിമഘട്ടത്തിലേക്കുള്ള കുടിയേറ്റമാണ്. ഗൾഫ് കുടിയേറ്റം സമൂഹത്തിന്റെ ഉപബോധത്തിൽ മൂല്യപരമായ അന്തഃഛിദ്രം ഉണ്ടാക്കിയിട്ടുണ്ട്. നാടുവിട്ടുപോകൽ മലയാളിക്കു അത്ര അപരിചിതമല്ലാത്തതാണെങ്കിലും ഗൾഫിലേക്കുള്ള പലായനം അതിന്റെ മൂല്യവ്യവസ്ഥയെ വലിയ അർത്ഥത്തിൽ മാറ്റി മറിച്ചിട്ടുണ്ട്. പുറമേയ്ക്ക് നൊസ്റ്റാൾജിയ എന്നു നിസ്സാരമായി പറഞ്ഞു പോകേണ്ട ഒന്നല്ല അത്. ഒരെഴുത്തുകാരനായി മണ്ണിൽ കാലുവെച്ചപ്പോഴേക്കും ഗൾഫ് പ്രവാസി യായിപ്പോയ ആളാണ് ശാഹുൽ. വടക്കേ മലബാറിൽ ഇടതുപക്ഷ സാഹിത്യ സംഘടനയിൽ പ്രവർത്തിക്കുകയും യാഥാസ്ഥിത മതബോ ധത്തോട് കലഹിക്കുകയും ചെയ്ത ഹ്രസ്വകാലജീവിതം ഈ എഴുത്തു കാരനുണ്ട്. ഈ രണ്ടു മനോഭാവങ്ങളും മൂല്യബോധവുമായും നൈതിക വിചാരങ്ങളുമായി ബന്ധപ്പെട്ടതാണ്, സ്വാഭാവികമായും. ശാഹുൽ പിന്നെ നീണ്ട മൂന്നു പതിറ്റാണ്ടു കഴിഞ്ഞിട്ടും ഇപ്പോഴും ഗൾഫിലാണ്. തന്റെ ബാക്കി വെച്ച നൈതിക ലാവണത്തെ ഓർമ്മകളുടെ രാഷ്ട്രീയമാക്കി പരിവർത്തിപ്പിക്കുകയാണ് തുടർന്നുണ്ടായ ഒട്ടുമിക്ക ശാഹുൽക്കഥകളും. ഈ എഴുത്തുകാരന്റെ കഥകളിൽ ഒരിക്കലും പ്രകടമായ രാഷ്ട്രീയ ചിഹ്ന ങ്ങളെ നമുക്കു കണ്ടെടുക്കാനാവില്ല. *ധർമ്മപുത്രർ* എന്ന പേരിൽ എഴു പതുകളുടെ അവസാനം ശാഹുൽ എഴുതിയ നന്നേ ചെറിയ ഒരു കഥ യുണ്ട്. എന്തുകൊണ്ടാണ് എപ്പോഴും ധർമ്മപുത്രർ തോറ്റുപോകുന്നത് അച്ഛാ എന്നു ഒരു കുട്ടി അതിൽ ചോദിക്കുന്നുണ്ട്. ഈ കുട്ടി മുതിർന്ന് പിന്നീടുണ്ടായതാണ് എല്ലാ ശാഹുൽക്കഥകളിലെ നായകകഥാപാത്ര ങ്ങളും! സ്നേഹബന്ധങ്ങളിൽ ഇത്രയേറെ ആളിപ്പിടിക്കുന്ന എഴുത്തു കാരെ നമുക്കധികം കാണാൻ കഴിയില്ല. വീടടങ്ങളിലെ കഥകളാണിവ.

ഉപ്പ, ഉമ്മ, ഭാര്യ, ജ്യേഷ്ഠാനുജന്മാർ, പെങ്ങൾ ഇങ്ങനെ കഥയുടെ ലോക ത്തിനൊരു വൃത്തമുണ്ട്. ഈ വൃത്തത്തെ വിശകലനം ചെയ്താണ് തന്റെ ലോകതാല്പര്യങ്ങളെയും ഉൽക്കണ്ഠകളെയും അവതരിപ്പിക്കുന്നത്. ലോകമേ തറവാട് എന്നതിന് പകരം തറവാട് ലോകമായിത്തീരുന്നു. അതിലെ കഥാപാത്രങ്ങൾ ലോകസ്വഭാവത്തിന്റെ പ്രതിനിധികളായിത്തീ രുന്നു. കഥാപാത്രങ്ങൾ ശരീരംകൊണ്ട് പുറത്തിറങ്ങുമ്പോൾ പോലും മനസ്സുകൊണ്ട് മുറിയിലാണ്. അതുകൊണ്ടാവണം, പ്രകൃതിയുടെ ചിഹ്ന ങ്ങൾ ആദ്യകാല കഥകളുടെയത്ര സുലഭമല്ല ശാഹുൽക്കഥകളിൽ. മഴ, മേഘം, പുഴ, ഉഷ്ണക്കാറ്റ് ഇവയിൽ അന്തർലീനമായി ഒതുങ്ങാൻ അത് താല്പര്യപ്പെടുന്നു.

മലബാർ മരുമക്കത്തായ സമ്പ്രദായത്തിന്റെയും ഭൂപരിഷ്കരണ നിയമം നായർത്തറവാടുകളിലുണ്ടാക്കിയ അന്തഃസംഘർഷങ്ങളുടെ ആർക്കൈവ്സ് ആയി എം ടി കഥകളെ നമുക്ക് കാണാം. സ്നേഹം, അംഗീകാരം എന്നിവ നിഷേധിക്കപ്പെട്ട അത്തരം കഥാപാത്രങ്ങൾ നിഷേ ധികളായി തീർന്നതിന്റെ സാമൂഹ്യമനഃശാസ്ത്രചരിത്രത്തിന്റെ ആർക്കൈവ്സ് ആണത്. വടക്കേ മലബാർ മുസ്ലിം വീടുകളിൽ നില നിന്ന മരുമക്കത്തായ ഘടനയിൽ ശാഹുൽക്കഥകളിൽ പരാമർശിക്കപ്പെ ടുന്ന തറവാട് എന്ന പദം സാധാരണ കേരളീയ പരിസരമല്ല. അതിന് എം ടിയൻ കഥകളിലെ തറവാടുമായാണ് സാദൃശ്യം. അത്തരം മുസ്ലിം തറവാടു ജീവിതത്തിന്റെ ആർക്കൈവ്സ് ശാഹുൽക്കഥകളിലുണ്ട്. (*നുകം, ആത്മബലി* എന്നീ നോവലുകൾ ഉദാഹരണം.) എം ടിയിൽനിന്ന് അന്നത്തെ ചെറുപ്പക്കാർ വലിച്ചെടുത്ത അന്തർമുഖത്തിന്റെ ലോലപ്രദേ ശങ്ങളും ടി പത്മനാഭനിൽ കാണുന്ന ഒറ്റയാന്മാരായ മനുഷ്യരുടെ കാരുണ്യ സംഘർഷങ്ങളും ഈ കഥകളുടെ പരിസരമാണ്. എം ടിയിൽ സംഭവിച്ചതുപോലെ അതു വ്യക്തിയംഗീകാരത്തിന്റെ ഉൽക്കണ്ഠകളി ലല്ല ശാഹുലിൽ സംഭവിക്കുന്നത്. മറിച്ച് നിലനിന്നു പോകുന്ന ഭൂതകാല മൂല്യബോധം തകർന്നുപോകുമോ എന്ന ആധിയാണ്. അതുകൊണ്ടു തന്നെ വ്യക്തിപരം എന്നു തോന്നുമ്പോഴും അതു സാമൂഹ്യപരമാണ്. അതുകൊണ്ടുതന്നെ ശാഹുൽക്കഥകളിൽ സംഭവിക്കുന്ന ഉൽക്കണ്ഠകൾ രാഷ്ട്രീയപരമാണ്.

വൃത്തിയിലും വെടിപ്പിലും ധരിച്ച വെള്ള വസ്ത്രംപോലെയാണ് ശാഹുൽക്കഥകളിലെ ഭാഷ. പാമരനും പണ്ഡിതനും മുന്നിൽ അത് ഒരു പോലെയാണ്. അതിലോലവും ദൃശ്യപ്രധാനവുമായ ഈ ഭാഷ മിക്ക പ്പോഴും ഭൂതകാലത്തിൽ ചാരിനില്ക്കുന്നു. അവിചാരിതമായോ അപ്ര തീക്ഷിതമായോ ഒരു ബിംബം മണിപ്രവാളത്തിൽ വന്നു സംസാരിക്കു ന്നത് വായനക്കാരനു സ്വപ്നത്തിൽപോലും കാണാനാവില്ല! ഹൃദയ ത്തിൽനിന്നു ഹൃദയത്തിലേക്കു ചെരിഞ്ഞു പിടിച്ച ശുദ്ധജലതടാകമാ ണത്. കഥയുടെ അടിയൊഴുക്കുകൾക്കു മീതെ ഭാഷ ശാന്തമാണ്! ചിത്ര കലയിലെ ഇംപ്രഷനിസ്റ്റ് സങ്കേതികതയോടാണ് അതിനു സാദൃശ്യം.

ചിലപ്പോൾ അതു പോർട്രെട്ട് രൂപത്തിലും വന്നു നില്ക്കും. (ഉമ്മ എന്ന കഥ ഉദാഹരണം.)

ഗൾഫ് പ്രവാസത്തിന്റെ ഉപലബ്ധികളാണ് ശാഹുൽക്കഥകളിലെ ഭൂരിഭാഗം കഥകളും. നോവലിലായാലും ഭൂരിഭാഗവും അങ്ങനെതന്നെ. നാട് നിരാകരിക്കുകയും നാട്ടിലേക്കു വരാനുള്ള ശ്രമങ്ങളെ സാമൂഹ്യ യാഥാർത്ഥ്യങ്ങൾ പരാജയപ്പെടുത്തുകയും ആ പരാജയങ്ങൾ നിസ്സംഗ മായി ഏറ്റുവാങ്ങുകയും ചെയ്യുന്നു കഥകളും കഥാപാത്രങ്ങളും. മറ്റു ള്ളവരോട് തിന്മ ചെയ്യാൻ ശേഷിയുള്ള, മനഃശക്തിയുള്ള ഒരു കഥാപാ ത്രത്തേയും ശാഹുലിന് സൃഷ്ടിക്കാൻ കഴിയുമെന്ന് തോന്നുന്നില്ല. വയലൻസിലേക്കു അനായാസം നിപതിക്കാനാവുന്ന കഥയുണ്ട്. *കടൽ കടന്ന് കടലിലേക്ക്* എന്ന കഥ. മരണത്തിന്റെ പ്രതിരോധത്തിനല്ല, ആത്മ പീഡനത്തിന്റെ പലായനത്തിലേ കഥാപാത്രങ്ങൾക്കു സഞ്ചരിക്കാനാവൂ എന്നതിന് വേറെ തെളിവുകൾ സാദ്ധ്യമല്ല.

നാലു തലമുറകൾ ശാഹുൽക്കഥകളിൽ നിരന്തരസാന്നിദ്ധ്യമായി വരുന്നുണ്ട്. മുത്തച്ഛൻ/ഉമ്മയുടെ ഉപ്പ, ഞാൻ, അയാൾ, ഭാര്യ, സഹോദ രങ്ങൾ, മകൾ, മക്കൾ. തലമുറകൾ തമ്മിലുള്ള മൂല്യവ്യവസ്ഥകളും കൃത്യവും വ്യത്യസ്തവുമാണ്. ഗൾഫ് പ്രവാസത്തിന്റെ പുതുതലമുറ യുടെ മനോഭാവം ഏറ്റവും പുതിയ തലമുറയിലൂടെ അടയാളപ്പെടുത്തു ന്നു. നാട്ടിൽ കാത്തിരിക്കുന്ന ലൈംഗികജീർണ്ണതയും അതിന്റെ അര ക്ഷിതബോധവും പുതിയ കഥകളിൽ എത്തിനോക്കുന്നതു കാണാം. (മറു കര)

2010-ഓടെ അതിഭീബത്സമായിത്തീർന്ന, ലോകമെമ്പാടും ആഞ്ഞ ടിച്ച സാമ്പത്തികമാന്ദ്യം ഗൾഫ് രാജ്യങ്ങളെ തെല്ലൊന്നുമല്ല ഉലച്ചത്. അതിന്റെ നേരടയാളമാണ് *കടൽ കടന്ന് കടലിലേക്ക്* എന്ന കഥ. 'അക്കരെ'യില്ലാത്ത അരക്ഷിതാവസ്ഥ കഥയെ തീക്ഷ്ണാനുഭവത്തിന്റെ ബന്ധനത്തിൽ വായനക്കാരെ അകപ്പെടുത്തുന്നു. വട്ടപ്പലിശക്കാരനു പണ യംവെച്ച പാസ്പോർട്ട് പുതിയ കാലഘട്ടത്തിന്റെ ചങ്ങലയായിത്തീരു ന്നു. സാമ്പത്തികവ്യവസ്ഥയുടെ വ്യഥകൾ പല കഥകളുടെയും അടി യൊഴുക്കാണ്. സമ്പത്ത് സ്നേഹത്തെ നിയന്ത്രിക്കുന്നു *കടൽ കടന്ന് കടലിലേക്ക്* എന്ന കഥയിലും.

ഗൾഫ് ജീവിതം കേരളീയമനുഷ്യബന്ധങ്ങളിൽ വരുത്തിയ മാറ്റ ങ്ങൾ ശാഹുൽക്കഥകളിൽ ഒരു സമാന്തരചരിത്രംപോലെ കാണാം. അത് ഏറ്റവും പുതിയ പ്രവണതകളെയും രേഖപ്പെടുത്തുന്നു. മറുകര എന്ന കഥ അതിന്റെ ആർക്കൈവ്സാണ്. ലീവിന് നാട്ടിൽ വന്ന കഥയാണത്. ഗൾഫിൽ ഒന്നിച്ചുറങ്ങുന്ന ഓമനയായ മകളെ നാട്ടിലെ ആന്റി പറഞ്ഞു കൊടുക്കുന്നു, സ്വന്തം അച്ഛനായാലും സൂക്ഷിക്കണമെന്ന്. മാറിപ്പോ കുന്ന സ്വന്തം നാടിനെ സ്നേഹസ്വരൂപികളും ലോലമനസ്കരുമായ ശാഹുൽക്കഥകളിലെ നായകന്മാർ എത്ര വേദനയോടെയാണ് നോക്കി ക്കാണുന്നതെന്നറിയാൻ മറുകര എന്ന ഒരൊറ്റ കഥ മതി. അതിന്റെ ആന്ത

രികലോകം ആടിയുലയുന്ന എന്നാൽ നിശ്ശബ്ദമായ സംഘർഷഭൂമിക
യാണ്.

ഗൾഫ് പ്രവാസത്തിൽ മലയാളി അനുഭവിക്കുന്നത് ശാരീരികമായ
ഷിഫ്റ്റിങ് മാത്രമാണ്. മനസ്സുകൊണ്ട് സ്വന്തം നാട്ടിലാണവർ ജീവിക്കു
ന്നത്. അദ്ധ്വാനത്തെ വില്പനയ്ക്കുവെച്ച ഒരിടം മാത്രമായിട്ടാണ് ആ
ജീവിതത്തെ അവർ കാണുന്നത്. പുറത്തിറങ്ങുമ്പോൾ കാണുന്ന അന്യ
ഭാഷയിലെഴുതപ്പെട്ട ബോർഡുകളും വേഷവിധാനങ്ങളും കൂറ്റൻ കെട്ടിട
ങ്ങളും ഭൂപ്രകൃതിയും അയാളെ അന്യവല്ക്കരിക്കപ്പെട്ട പ്രവാസിയാണ്
താൻ എന്ന് ഇടയ്ക്ക് ഓർമ്മിപ്പിക്കുന്നുവെന്ന് മാത്രം. അറേബ്യയിൽ കഥ
നടക്കുമ്പോഴും അവിടെ മലയാളികളും അവരുടെ മൂല്യവ്യവസ്ഥകളും
ചേർന്ന് ഒരു സമാന്തരകേരളീയജീവിതമാണ് കാണാൻ കഴിയുക. യൂറോ
പ്പിലോ അമേരിക്കയിലോ കുടിയേറിയ മലയാളിജീവിതം പോലെയല്ല
അത്. ഒരിക്കലും ആ മണ്ണിൽ മലയാളിക്കു അലിഞ്ഞു ചേരാനാവില്ല.
ഈ ഉപബോധം ഗൾഫ് മലയാളികളിൽ ഒരുതരം വെർച്ചൽ ജീവിത
മാണ് നയിക്കാൻ പ്രേരിപ്പിക്കുന്നത്. ശാഹുൽക്കഥകൾ നടക്കുന്നത്
ഗൾഫിലായാലും 'കേരളത്തിൽത്തന്നെ' ആയിത്തീരുന്നത് അതുകൊ
ണ്ടാണ്. മലയാളിജീവിതത്തിൽ വന്നുപെട്ട സാമ്പത്തികമൂല്യപരമായ
സംഘർഷങ്ങളിൽ നിന്നു മാറ്റി വെക്കേണ്ട ഒന്നല്ല നൈതിക മൂല്യസം
ഘർഷങ്ങൾ. എല്ലാ നിലയ്ക്കും ഇരുപതാം നൂറ്റാണ്ടിന്റെ അവസാന പകു
തിയിൽ ഗൾഫിലേക്കു കുടിയേറിയ മലയാളി ജീവിതം ശാഹുൽക്കഥ
കളുടെ പൊതുപ്രാതിനിധ്യമായിത്തീരുന്നു.

18-03-2015

ഒരു കഥയുടെ മടക്കയാത്ര

ഇന്ന് ഒരു കഥ വായിച്ചു.

കഥാകൃത്ത് രാവിലെ തന്നെ വിളിച്ച് പറഞ്ഞിരുന്നു. വാരികയിൽ കഥ വന്നിട്ടുണ്ട്, ഒന്ന് വായിച്ച് നോക്കണേ.

അവധി കഴിഞ്ഞുള്ള മടക്കയാത്രയ്ക്ക് ഒരുങ്ങുകയായിരുന്നു അപ്പോൾ ഞാൻ. പിന്നീട് യാത്രാമദ്ധ്യേ കാറ് നിർത്തി വാരിക വാങ്ങിച്ചു. വാരികയുടെ പുറംതാളിൽ തന്നെ കഥാകൃത്തിന്റെ പേരിനോടൊപ്പം കഥ യുടെ തലക്കെട്ടും അച്ചടിച്ച് വെച്ചിട്ടുണ്ട്.

–ഈ മഴയെക്കൊണ്ട് തോറ്റു.

കഥയുടെ തലക്കെട്ട് ആദ്യം തന്നെ എനിക്ക് നന്നായി ബോധിച്ചു. ഇക്കാലത്ത് പെയ്യേണ്ടുന്ന നേരത്ത് പെയ്യാതെ നമ്മെ എല്ലാവരെയും പറ്റിച്ചുകൊണ്ടിരിക്കുകയാണല്ലോ മഴ.

യാത്ര ചെയ്യുമ്പോൾ മനസ്സിനെ അതിന്റെ വഴിക്ക് അലയാൻ വിട്ടു കൊണ്ട് ഒന്നും ചെയ്യാതെ വെറുതെ ഇരിക്കാനാണ് എനിക്ക് ഇഷ്ടം. ഇന്ന് ആ പതിവ് തെറ്റിച്ച് വാരിക തുറന്ന് കഥ വായിച്ചു തുടങ്ങി.

മഴയെപ്പറ്റി തന്നെ പരാതി മുഴുവനും. പെയ്തൊഴിയാതെ അങ്ങനെ മൂടിക്കെട്ടി നില്പാണ്. അതുകൊണ്ടുള്ള വേവും നീറ്റലുമൊക്കെയുണ്ട് കടന്നു പോകുന്ന ദിനരാത്രങ്ങൾക്ക്.

നഗരത്തിൽ പതിമൂന്നാം നിലയിലെ ഒരു ഫ്ളാറ്റിൽ ഒറ്റപ്പെട്ട് പോയ ജീവിതം. അയാളെ ആർക്കും മനസ്സിലാവുന്നില്ല. സ്വന്തം ഭാര്യക്ക് പോലും. അയാൾക്ക് മറ്റുള്ളവരെയും മനസ്സിലാവുന്നില്ല. ഒരുപക്ഷേ, അയാൾക്ക് അയാളെതന്നെ മനസ്സിലായിട്ടുണ്ടാവില്ല.

സഹിക്കാവുന്നതിലും അപ്പുറമായപ്പോൾ ഭാര്യയും അയാളെ ഉപേ ക്ഷിച്ച് കടന്നുപോയി. ഇറങ്ങിപ്പോകുമ്പോൾ അവൾ മറന്നുവെച്ച ഒരു ജോഡി ചെരിപ്പെടുത്ത് ഇടയ്ക്കിടെ തുടച്ചു വെക്കുന്നുണ്ട്, അയാൾ.

ഭാര്യയെ ഓർക്കുന്ന വിധം അങ്ങനെയൊക്കെയാണ്.

അയാളുടെ വിരസമായ ഒരു ദിനത്തിലേക്ക് സ്വന്തം അച്ഛൻ കടന്നു വരുന്നു. വീട്ടിൽ എല്ലാവരോടും പിണങ്ങി ഇളയ മകനോടൊത്ത് കുറച്ച് ദിവസം താമസിക്കാനാണ് അച്ഛൻ വന്നിരിക്കുന്നത്.

കർക്കശ സ്വഭാവക്കാരനായ അച്ഛൻ ഒരാളോടും ഒരയവും കാണി ക്കുകയില്ല. ഈ ഇളയ മകനോട് കുറച്ചൊക്കെ വാത്സല്യം കാണിക്കാ റുണ്ട്. അതിനു ഒരു ന്യായവുമുണ്ട്. വൈകി ജനിച്ചവനല്ലേ, അവനോ ടൊത്ത് ഇടപഴകാൻ ഇനി എത്ര കാലം ശേഷിച്ചിരിപ്പുണ്ട്?

ഇതാ ഇപ്പോൾ തന്നെ അയാൾക്ക് കൊടുക്കാൻ ഒരു പിടി നാരങ്ങാ മിഠായികളുമായാണ് അച്ഛൻ വന്നിരിക്കുന്നത്. അത് ആ മകനെ കുട്ടി ക്കാലത്തേക്ക് തിരിച്ചു കൊണ്ടുപോയി.

രാത്രിയിൽ ഉറങ്ങാൻ കിടന്നപ്പോൾ മകനെ അടുത്ത് വിളിച്ച് എന്നും ഭദ്രമായി പൂട്ടിവെച്ചിരുന്ന തന്റെ മനസ്സെടുത്ത് തുറക്കുകയാണ് അച്ഛൻ.

ഉള്ളിൽ സ്നേഹമില്ലാഞ്ഞിട്ടല്ല. എല്ലാവരോടും അത് വേണ്ടുവോള മുണ്ട്. പ്രകടിപ്പിക്കാനാവുന്നില്ലെന്ന് മാത്രം. കുടുംബം കൊണ്ടു നടക്കു ന്നതിന്റെ ബദ്ധപ്പാടിൽ അതങ്ങ് മറന്നു പോയിട്ടുണ്ടാവണം.

അച്ഛൻ പറഞ്ഞു കൊണ്ടേയിരുന്നു.

അന്ന് രാത്രിയിൽ, നേരം ഏറെ ചെന്നപ്പോൾ മഴ പെയ്തു തുടങ്ങി. അത്ര നാളും അകന്നു നിന്ന മഴ ആകെ കുളിർപ്പിച്ചുകൊണ്ട് തകർത്തു പെയ്തു.

മഴയത്ത്, ആ രാത്രിയിൽത്തന്നെ തിരികെ പോകണമെന്നായി അച്ഛൻ. എല്ലാവരോടും പിണങ്ങി കുറച്ച് ദിവസം അകന്ന് നില്ക്കാനാണ് വന്നതെന്ന കാര്യവും മറന്നു.

അയാൾ പുറപ്പെടുന്നു. അച്ഛനെ തിരികെ നാട്ടുംപുറത്തെ വീട്ടിൽ കൊണ്ടുവിടാൻ.

കഥ വായിച്ച് തീർത്ത് ഞാൻ കാറിന്റെ സീറ്റിലേക്ക് തല ചായ്ച്ച് കണ്ണുമടച്ച് ഇരുന്നു.

സ്വന്തം അനുജ്ജനപ്പോലെ കരുതുന്നതു കൊണ്ട് ആ വാത്സല്യം കാരണം വെറുതെ തോന്നുന്നതല്ല. ശരിക്കുമുള്ളതാണ്. ഈ കഥാകൃത്ത് എഴുതിയ തെന്ത് വായിക്കുമ്പോഴും ഇങ്ങനെയാണ്. ആഴത്തിൽ ഉള്ളിൽ ഒരു മുറിവ് വീഴും. ആ മുറിവിൽ നിന്നും ദിവസങ്ങളോളം വേദന കിനിഞ്ഞു കൊണ്ടേയിരിക്കും.

ഡ്രൈവർ പിറകിലേക്ക് തിരിഞ്ഞു നോക്കി ചോദിച്ചു: "സാറിന്ന് വല്ലായ്ക വല്ലതും? വേണമെങ്കിൽ വണ്ടി കുറച്ച് നേരം നിർത്താം."

നാട്ടിൽ വന്നാൽ ഈ ഡ്രൈവറെ മാത്രമേ ഓട്ടത്തിന്ന് വിളിക്കാറു ള്ളൂ. യാത്രയ്ക്കിടയിൽ ചിലപ്പോൾ എനിക്ക് തലകറക്കം വരും. ഛർദ്ദി ച്ചെന്നും വരും. അതറിയാവുന്നതുകൊണ്ടാണ് ഡ്രൈവർക്ക് ഈ ഉൽക്കണ്ഠ.

സത്യത്തിൽ, ഞാൻ എന്റെ ഉപ്പയെപ്പറ്റി ഓർക്കുകയായിരുന്നു. ഇപ്പോൾ വായിച്ച് തീർത്ത ഈ കഥയിലെ അച്ഛനെപ്പോലെ എന്റെ ഉപ്പയും എന്നോട് എന്തോ ചിലത് സംസാരിക്കാൻ ശ്രമിച്ചതല്ലേ മുമ്പൊരിക്കൽ? ആ ശ്രമം ഫലിച്ചില്ലെന്നു മാത്രം.

കഥയിലെ അച്ഛനിൽനിന്ന് വ്യത്യസ്തനാണ് എന്റെ ഉപ്പ. ഒരു

കർക്കശ സ്വഭാവക്കാരനൊന്നുമല്ല ഉപ്പ. ഉള്ള് നിറയെ സ്നേഹവും വാത്സ
ല്യവുമാണ്. അതെല്ലാവർക്കും ലോപമില്ലാതെ പകർന്ന് നല്കി.

പക്ഷേ, ജീവിതകാലം മുഴുവനും പരാജയം ഏറ്റുവാങ്ങാനായിരുന്നു
ഉപ്പയുടെ വിധി. അറിയാവുന്ന തൊഴിൽ കച്ചവടമാണ്. പല കച്ചവടങ്ങളും
ചെയ്തു നോക്കി. എല്ലാം തന്നെ നഷ്ടത്തിൽ ചെന്ന് വീഴുകയും ചെയ്തു.

നാട് നിറയെ കടം. ഉമ്മയുടെയും ഇത്താത്തമാരുടെയും ആഭരണ
ങ്ങൾ മുഴുവനും ബേങ്കിൽ പണയത്തിൽ. താമസിക്കുന്ന വീടൊഴികെ
പറമ്പ് മുഴുവനും പല കഷ്ണങ്ങളായി അളന്ന് വിറ്റു.

എന്നിട്ടും കടമുണ്ടോ തീരുന്നു!

ഒടുവിൽ വക്കീൽ ഒരു വഴി കാണിച്ചു കൊടുത്തു. കോടതിയിൽ
ചില്ലിക്കാശിന് വകയില്ലാത്തവനായെന്ന്, പാപ്പരായെന്ന് ഏറ്റു പറയുക.
പിന്നെ നിയമപരമായി കടമൊന്നും വീട്ടി തീർക്കേണ്ട.

കാര്യം നടന്നെങ്കിലും പിന്നീട് അപമാനഭാരം കൊണ്ട് ഉപ്പയുടെ
ശിരസ്സ് ഉയർന്നതേയില്ല.

അന്ന് തലശ്ശേരി കോടതിയിൽ നിന്ന് അനുകൂലമായ വിധിയും സമ്പാദിച്ച്
ഉപ്പ തിരികെ വന്നപ്പോൾ, വർഷങ്ങൾ കടന്ന് പോയെങ്കിലും ഇന്നും അതോർമ്മ
യുണ്ട്. ഉപ്പ പൂമുഖത്തെ ചാരുകസേരയിലേക്ക് ആകെ തളർന്നു വീഴുകയായി
രുന്നു. എപ്പോഴും ധരിച്ച് നടക്കാറുള്ള കണ്ണട മുഖത്ത് നിന്നെടുത്ത് കസേരക്ക
യ്യിൽ വെച്ചു, ഉപ്പ. അപ്പോൾ ആ മുഖത്തെ വിങ്ങൽ ഒന്നുകൂടി ദയനീയമായി.

എനിക്ക് പിന്നെ പിടിച്ച് നില്ക്കാനായില്ല. അന്ന് പത്ത് വയസ്സ്
പോലും വരില്ല. എന്നിട്ടും, മുതിർന്ന ഒരാളെപ്പോലെ ചോദിച്ചുപോയി.
"എന്താ ഉപ്പാ, നിങ്ങൾ ഇങ്ങനെയായിപ്പോയത്?"

ഉപ്പ ഒന്ന് നടുങ്ങിയെങ്കിലും ദേഷ്യപ്പെട്ടില്ല. ദേഷ്യപ്പെടാൻ ഉപ്പാക്ക്
അറിയില്ലല്ലോ. വിറയ്ക്കുന്ന കൈകൾ നീട്ടി എന്നെ സ്വന്തം ശരീരത്തി
ലേക്ക് വലിച്ചടുപ്പിച്ചു. കാണക്കാണെ ഉപ്പയുടെ നരച്ചിറങ്ങിയ കണ്ണുക
ളിൽ നനവ് പടർന്ന് തുടങ്ങി.

"ഒക്കെയും പടച്ചവന്റെ കല്പനയല്ലെ മോനെ? നമുക്കത് മാറ്റി മറി
ക്കാൻ പറ്റോ? ഇനി എന്റെ മോൻ വേഗം വലുതാക്. എന്നിട്ട് ഈ ഉപ്പാനെ
നല്ലോണം നോക്ക്."

അത് സാധിച്ചില്ല. അതിനുള്ള സാവകാശം പടച്ചവൻ തന്നില്ല.

എന്ത് വിഷമമുണ്ടെങ്കിലും ഞങ്ങൾ മക്കളുടെ പഠിത്തത്തിന്റെ കാര്യ
ത്തിൽ ഒരു കുറവും വരുത്തിയിരുന്നില്ല, ഉപ്പ. അതുകൊണ്ട് പ്രയാസമ
റിയാതെ പഠിച്ചു പാസായി. ഉടനെ ജോലിയും കിട്ടി.

അപ്പോഴേയ്ക്കും ഉപ്പാക്ക് പോകാനുള്ള സമയമായി കഴിഞ്ഞിരുന്നു.

വൈകിയാണ് വിവരമറിയുന്നത്. ഫോണിന്റെ അങ്ങേ തലയ്ക്കലിൽ
നിന്ന് ഇക്ക വിങ്ങുന്നു. "ഒന്ന് അവസാനമായി കാണണമെങ്കിൽ ഉടനെ
വരുന്നതാ നല്ലത്."

അലറിപ്പോകുക തന്നെ ചെയ്തു. "ഇത്രയും താമസിച്ചാണോ വിവ
രമറിയിക്കുന്നത്?"

"കിടപ്പിലായിട്ട് കുറച്ചായി. അത് അറിയിക്കാൻ ഉപ്പ സമ്മതിച്ചിട്ട്

വേണ്ടെ? വിവരമറിഞ്ഞാൽ നീ വിഷമിക്കുമെന്ന് പറഞ്ഞ് വിലക്കി."

നേരം കളയാതെ ഉടനെ പുറപ്പെട്ടു. എങ്കിലും സന്ധ്യ കഴിഞ്ഞേ വീട്ടിലെത്തിയുള്ളൂ. അത്രയും ദൂരത്ത് നിന്നുള്ള വരവല്ലേ?

ഉപ്പയുടെ കിടത്തം കണ്ടപ്പോൾ സങ്കടംകൊണ്ട് ഉള്ള് പിളരുന്നത് പോലെ തോന്നിപ്പോയി. ശോഷിച്ച് ഉണങ്ങിയ ദേഹം. ശ്വാസം കിട്ടാതെ വിറകൊള്ളുന്ന ദുർബ്ബലമായ നെഞ്ചിൻ കൂട്:

കട്ടിലിന്റെ ഓരത്തിരുന്നപ്പോൾ ഉപ്പയുടെ കണ്ണുകളിൽ നേരിയ വെളിച്ചം പ്രത്യക്ഷപ്പെട്ടു. എന്തോ പറയാൻ ചുണ്ടുകൾ അനങ്ങുന്നു. പക്ഷേ, വാക്കു കൾ തൊണ്ടയിൽത്തന്നെ തടഞ്ഞ് അവ്യക്തമായ സ്വരമേ പുറത്ത് വരുന്നുള്ളൂ.

നടുങ്ങി. പടച്ചവനേ, ഉപ്പാക്ക് സംസാരിക്കാൻ പറ്റുന്നില്ലല്ലോ.

അപ്പോൾ ഇക്ക പറഞ്ഞു: "കൈത്തണ്ട നീട്ടി കൊടുത്താ മതി–

കൈത്തണ്ടയിൽ ഉപ്പയുടെ ചൂണ്ടുവിരൽ നീങ്ങി തുടങ്ങി. ഉപ്പ തനിക്ക് പറയാനുള്ളത് കൈത്തണ്ടയിൽ വിറയലോടെ കോറി വരയുക യാണ്. ഒന്നും വായിച്ചെടുക്കാൻ പറ്റുന്നില്ല.

ഉപ്പ പിന്നേയും പിന്നേയും എഴുതിക്കൊണ്ടിരുന്നു.

പൊട്ടിക്കരഞ്ഞുപോയി.

അന്ന് രാത്രിയിൽ ഉപ്പയുടെ അരികെ ആ ദേഹത്തോട് ഒട്ടിച്ചേർന്ന് കിടന്നു. കുട്ടിക്കാലത്ത് ഇങ്ങനെ കിടക്കാറുണ്ടല്ലോ. അപ്പോൾ ഉപ്പ തോളിൽ വാത്സല്യത്തോടെ തട്ടിത്തരും, ഒരേ താളത്തിൽ. താരാട്ട് പാടി കുട്ടികളെ ഉറക്കുന്നതുപോലെ.

ഇതാ, ഇപ്പോൾ പഴയതുപോലെ ഉപ്പ വീണ്ടും തോളിൽത്തട്ടി തുടങ്ങു ന്നു. ഉള്ളിലുയർന്നു വന്ന വിതുമ്പൽ അടക്കിപ്പിടിച്ച് കിടന്നു. എവിടെ നിന്നോ പെട്ടെന്ന് കർപ്പൂരത്തിന്റെയും കുന്തിരിക്കത്തിന്റെയും മണം വരു ന്നതുപോലെ തോന്നി. ആരോ സ്വരം താഴ്ത്തി ഖുർആൻ ഓതുന്നുണ്ടോ?

അറിയാതെ ഉറങ്ങിപ്പോയി.

പുലർച്ചയ്ക്ക് ഞെട്ടിയുണർന്നപ്പോൾ ഉപ്പ പോയിക്കഴിഞ്ഞിരുന്നു.

പറയാനുണ്ടായിരുന്നത് പറയാതെ ബാക്കി വെച്ച് ഉപ്പ പോയി.

അന്ന് തൊട്ട് എന്നും ഇടയ്ക്കിടെ ഉള്ളിലുയരുന്നു ആ ചോദ്യം. കടന്നു പോകുന്നതിനു മുമ്പ് അവസാനമായി എന്തായിരിക്കും ഉപ്പ പറ യാൻ ഉദ്ദേശിച്ചിട്ടുണ്ടാകുക? എന്റെ കൈത്തണ്ടയിൽ പലയാവർത്തി കോറി വരഞ്ഞിട്ടും ഞാൻ മനസ്സിലാക്കാതെ പോയ ആ വിരൽത്തുമ്പിലെ വാക്കുകൾ– അത് എന്തായിരുന്നു?

"സാറിന്ന് വല്ലതും കഴിക്കണമെങ്കിൽ അത് ഇവിടെ നിന്നാവാം. ഇവിടെ നല്ല ഹോട്ടലുകളുണ്ട്."

പിറകോട്ട് തിരിഞ്ഞു നോക്കി ഡ്രൈവർ പറയുന്നു.

നോക്കുമ്പോൾ കാറ് തിരക്കേറിയ ഒരു ബസാറിലൂടെ പതിയെ കടന്നു പോവുകയാണ്. റോഡ് നിറയെ വാഹനങ്ങളാണ്, തലങ്ങും വില ങ്ങുമായി. റോഡിന്റെ ഇരുവശത്തും ബഹുനില കെട്ടിടങ്ങളും അതി ലൊക്കെ വലിയ വലിയ ഷോറൂമുകളും ഷോപ്പുകളും–

ഏതാനും വർഷം മുമ്പുപോലും ഈ വഴി കടന്നു പോകുമ്പോൾ ഇതൊക്കെ ചെറിയ അങ്ങാടിയായിരുന്നു. അതിപ്പോൾ വളർന്ന് ഇങ്ങനെ

വലിയ ഒരു ബ്രസാറായി മാറിയിരിക്കുന്നു. കണ്ടില്ലേ, എന്തൊരു ആൾത്തി
രക്കാണ് ഈ ഉച്ച നേരത്തുപോലും.

"എന്നിട്ട്, ഒന്നും പറഞ്ഞില്ല. കാറ് നിർത്തണോ?"

ഡ്രൈവറുടെ സ്വരത്തിൽ അക്ഷമ. ചിലപ്പോൾ അയാൾക്ക് വിശ
ക്കുന്നുണ്ടാവണം. എങ്കിലും, മറിച്ചാണ് മറുപടി പറഞ്ഞത്.

"കാറ് നിർത്തണ്ട. നമുക്ക് അവിടെ എത്തിയിട്ട് സാവകാശം ഊണ്
കഴിക്കാം."

ഡ്രൈവർ കാറിന്റെ വേഗം കൂട്ടി.

ഞാൻ പിന്നെയും കാറിന്റെ സീറ്റിലേക്ക് തന്നെ പുറംചാരി.

കഥയിലെ അച്ഛൻ വീണ്ടും മനസ്സിലേക്ക് കടന്നു വരുന്നു. എന്തൊരു
അച്ഛൻ! ഇങ്ങനെയുമുണ്ടാകുമോ ഒരു അച്ഛൻ? ഇളയ മകന് വാത്സല്യം
പൊതിഞ്ഞ് നാരങ്ങാമിഠായികളായി നൽകുമ്പോഴും തുറന്നു പറയുന്നു.
മൂത്തമകനെ കുട്ടിക്കാലത്ത് എപ്പോഴും തല്ലിയതിനുള്ള കാരണം. അവൻ
തല്ല് ഇരന്നു വാങ്ങുന്നവനാണെന്ന്! ഇപ്പോഴും അവൻ ശരിയല്ലെന്ന്.

എന്റെ ഉപ്പ ഇങ്ങനെ ഒന്നുമായിരുന്നില്ല, തീർച്ച. എന്ത് തെറ്റ് കാണി
ച്ചാലും സ്നേഹത്തോടെ, വാത്സല്യത്തോടെ അത് പറഞ്ഞ് തിരുത്തി തരും.

പെട്ടെന്ന് എന്റെ ഉള്ളിൽ തീയാളി.

ഇത്തവണയും ഉപ്പയുടെ ഖബറിടത്തിൽ ചെല്ലാതെയാണ് തിരികെ
പോകുന്നത്.

ഓരോ തവണ നാട്ടിൽ വരുമ്പോഴും മുൻകൂട്ടി കരുതുമായിരുന്നു,
ഉപ്പയുടെ ഖബറിടം സന്ദർശിക്കണം. അവിടെ ചെന്ന് ഉപ്പാക്ക് വേണ്ടി
ഉള്ളറിഞ്ഞു പ്രാർത്ഥിക്കണം.

-സർവ്വ ശക്തനായ തമ്പുരാനേ, ജീവിച്ചിരുന്ന കാലത്ത് ഈ ഭൂമി
യിൽ വെച്ച് ഒരു സമാധാനവും സുഖവും കിട്ടാത്ത മനുഷ്യനാണ് എന്റെ
ഉപ്പ. പരലോകത്തിലെങ്കിലും നീയത് നൽകണമേ!

പക്ഷേ, നാട്ടിലെത്തിയാൽ പല തിരക്കിനിടയിലും ഖബറിടം
സന്ദർശിക്കുന്ന കാര്യം മറക്കും.

ഇതാ, ഇത്തവണയും-

ഇപ്പോൾ ഓർമ്മ വന്നല്ലോ. മനസ്സിൽനിന്ന് ഒരു ചോദ്യം ഉയരുന്നു.
ഇനി എങ്ങനെ ഉപ്പയേയും പിറകിൽ ഉപേക്ഷിച്ച് കടന്ന് പോകാനാവും?
പള്ളിപ്പറമ്പിന്റെ ഏകാന്തതയിൽ, ഉപ്പ കാത്തിരിക്കുന്നുണ്ടാവണം. "വാ,
മോനെ." ഉപ്പാന്റെ റൂഹ് മന്ത്രിക്കുന്നുണ്ടാവണം. "ഒന്ന് വന്ന് കണ്ടേച്ച് പോ."

സീറ്റിൽ നിന്നു മുമ്പോട്ട് ആഞ്ഞിരുന്ന് ഞാൻ സ്വയമറിയാതെ പറ
ഞ്ഞുപോയി.

"കാറ് തിരിച്ച് വിട്, നമുക്ക് മടങ്ങിപ്പോകാം."

ഡ്രൈവർക്ക് അമ്പരപ്പ്. "നമ്മൾ പകുതിയിലധികം ദൂരം പിന്നിട്ട
ല്ലോ. ഇനി മടങ്ങിപ്പോകുക എന്നുവെച്ചാൽ-"

എന്റെ തീരുമാനം ഞാൻ ഉറപ്പിച്ചു പറഞ്ഞു:

"സാരമില്ല, ഇന്നിനി യാത്ര വേണ്ട. നാട്ടിൽ തിരികെ ചെന്നിട്ട് ചെയ്ത്
തീർക്കാൻ പ്രധാനപ്പെട്ട ഒരു കാര്യമുണ്ട്."

ഡ്രൈവർ കാറിന്റെ വേഗം കുറച്ച് റോഡരുകിലേക്ക് കാറ് ഒതുക്കി നിർത്തി. മടങ്ങിപ്പോകണമെങ്കിൽ കാറ് യു ടേൺ എടുത്ത് റോഡിന്റെ മറുവശത്ത് എത്തണം. അതെങ്ങനെ? ഇടതടവില്ലാതെയാണ് പിറകിൽ നിന്ന് വാഹനങ്ങൾ ചീറിപ്പാഞ്ഞ് വരുന്നത്.

കാറിന്നകത്തെ ഏ സിയിൽ നിന്നു വരുന്ന തണുപ്പിൽ എന്റെ ദേഹം ചെറുതായി വിറങ്ങലിക്കുന്നുണ്ട്. മയക്കം വരുന്നതുപോലെ, കണ്ണുകൾ താനേ അടഞ്ഞു പോകുന്നു.

പെട്ടെന്നു തോന്നി. തോളിൽ ആരോ തൊടുന്നുവോ? ഞെട്ടിത്തി രിഞ്ഞു നോക്കുമ്പോൾ ആരും അരികെ ഇല്ല. പക്ഷേ, തീർച്ചയായും അങ്ങനെ തോന്നിയല്ലോ, ആരോ തൊട്ടുവെന്ന്.

പതിയെപ്പതിയെ കാറിന്നകത്ത് കർപ്പൂരത്തിന്റെയും കുന്തിരിക്കത്തി ന്റെയും മണം നിറയുന്നു. ആരോ ഒച്ച താഴ്ത്തി *ഖുർആൻ* ഓതുന്നു.

ഇതാ, വീണ്ടും തോളിൽ മൃദുവായ സ്പർശം. ഒരേ താളത്തിൽ തോളിൽ തട്ടുകയാണ്. ആരാണ് കാതിൽ മന്ത്രിക്കുന്നത്? പടച്ചവനെ, ഈ സ്പർശവും സ്വരവും- ഇതെല്ലാം മുമ്പെ തന്നെ പരിചയമുള്ളതാണല്ലോ.

കാത് കൂർപ്പിച്ചു. ഇപ്പോൾ വ്യക്തമായി കേൾക്കാം.

എനിക്ക് ഏറ്റവും ഇഷ്ടപ്പെട്ട സ്വരം-

പറയുകയാണ്:

"നീ തിരക്കിട്ട് ഇപ്പൊ തന്നെ വരേണ്ട, മോനെ. ഞാനെപ്പോഴും മോന്റെ കൂടെയുണ്ടല്ലൊ. പിന്നെ പ്രത്യേകിച്ച് വന്നില്ലെങ്കിലെന്ത്!"

ഉപ്പ എന്നോ മറ്റോ വിളിച്ച് ഉറക്കെ ഞാൻ നിലവിളിച്ചു പോയിട്ടുണ്ടാവണം.

"സാറേ, സാറിന് ഇതെന്ത് പറ്റി?" ദൂരെ എവിടെ നിന്നോ എന്ന വണ്ണം ഡ്രൈവറുടെ ഒച്ച കേൾക്കാം.

ഞാൻ ഞെട്ടിയുണർന്നു. തോളിലെ സ്പർശം ഇപ്പോഴില്ല. കർപ്പൂരത്തി ന്റെയും കുന്തിരിക്കത്തിന്റെയും മണവുമില്ല. ആരും ഖുർആൻ ഓതുന്നുമില്ല.

എല്ലാം എന്റെ വെറും തോന്നലായിരുന്നുവോ?

ഇപ്പോൾ കാറിലെ ഏസിയുടെ തണുപ്പിലും എന്റെ ദേഹം ചുട്ടു പൊള്ളുകയാണ്. മനസ്സ് വിങ്ങുന്നു. ശിരസ്സിനകത്ത് എന്തോ ഒരിരമ്പം.

ഡ്രൈവർ പ്രയാസപ്പെട്ട് കാറ് റോഡിന്റെ മറുവശത്തേക്ക് തിരിച്ച് തുടങ്ങി. വന്ന വഴിയ്ക്ക് മടങ്ങിപ്പോകാനുള്ള ഒരുക്കത്തിലാണ് അയാൾ.

ഒച്ച പൊന്തുന്നില്ല. തൊണ്ട അടഞ്ഞുപോയതുപോലെ. എങ്കിലും ആവുന്നത്ര ശക്തിയെടുത്തു ഞാൻ പറഞ്ഞു. "വേണ്ട, മടങ്ങിപ്പോകണ്ട. കാറ് മുമ്പോട്ട് തന്നെ വിട്ടോളൂ."

"അതെന്താ സാറേ, തിരികെ ചെന്നിട്ട് പ്രധാനപ്പെട്ട കാര്യമുണ്ടെന്ന് പറഞ്ഞിട്ട്-"

ഞാൻ മറുപടി പറഞ്ഞില്ല. പറഞ്ഞാൽ ഡ്രൈവർക്ക് മനസ്സിലാവില്ല.

എനിക്ക് പറഞ്ഞു തന്നുവല്ലോ. കാതിൽ മന്ത്രിച്ചു തന്നുവല്ലോ.

-ജീവിക്കാനുള്ള അന്വേഷണത്തിന്റെ ഓരോ യാത്രയിലും മനസ്സു കൊണ്ട് കൂടെയുണ്ടെന്ന്.

ഇനി യാത്ര തുടരാം. സഫലമാകും, ഓരോ യാത്രയും.

കടൽ കടന്ന് കടലിലേക്ക്

എഴുതി തുടങ്ങുകയാണ്. വേണമെന്നു വെച്ചിട്ടല്ല. പരിചയക്കുറ വുമുണ്ട്. ഉഷ നിർബ്ബന്ധിക്കുകയായിരുന്നു. അവൾ പറഞ്ഞു, എന്തിന് നമ്മൾ നിഗൂഢതകൾ പിറകിൽ ബാക്കിവെച്ച് പുറപ്പെട്ടു പോകണം?

അതെ, ആ വാക്ക് തന്നെയാണ് ഉഷ പറഞ്ഞത്. നിഗൂഢതകൾ–

അവൾ മലയാളം എം എക്കാരിയാണ്. പോരാത്തതിന് ഒരു മല യാളം മാഷിന്റെ മകളും. അതുകൊണ്ട് സംസാരമദ്ധ്യേ കടിച്ചാൽ പൊട്ടാത്ത ചില വാക്കുകളെടുത്ത് നമ്മുടെ നേർക്ക് പ്രയോഗിച്ചെന്നു വരും.

ഇതുപോലെ, നിഗൂഢതകൾ എന്നും മറ്റുമൊക്കെ.

ഈ വാക്കുകളുടെ അർത്ഥമൊന്നും എനിക്ക് തീരെ മനസ്സിലാവാ റില്ല. അവളോട് തന്നെ അപ്പപ്പോൾ ചോദിച്ച് മനസ്സിലാക്കാറാണ് പതിവ്.

പറഞ്ഞില്ലല്ലോ, ഉഷ എന്റെ സഹധർമ്മിണിയാണ്.

അവളെപ്പോലെ ഞാൻ അത്രയെയൊന്നും പഠിച്ചിട്ടില്ല. വീട്ടിൽ അതി നുള്ള സ്ഥിതിയില്ലായിരുന്നു. ഞങ്ങളൊക്കെ പഠിക്കുന്ന കാലത്ത് ഇന്ന ത്തെപ്പോലെ കിടപ്പാടം ഈടുവെച്ച് ബാങ്ക് ലോണെടുത്തും മറ്റും മക്കളെ മാതാപിതാക്കൾ പഠിപ്പിക്കാറുമില്ല.

ഞാൻ വിഷയത്തിൽനിന്നും തെന്നി മാറുകയാണ് അല്ലേ?

ഉഷ എപ്പോഴും പറയും. ഇതാണ് നിങ്ങളുടെ ഒരു കുഴപ്പം. ഒരു കാര്യം തുടങ്ങി വെക്കും. വഴിക്കു വെച്ച് അത് മാറ്റി മറിക്കും. ഒടുവിൽ ചെന്ന് നില്ക്കുക മറ്റൊന്നിലാവും.

ഇത് തന്നെയല്ലേ എന്റെ ജീവിതം ഇന്നത്തെ ഈ നിലയിലായി തീരാനുള്ള പ്രധാന കാരണവും?

ഗൾഫിലേക്ക് വരുമ്പോൾ എല്ലാവരെയും പോലെ വലിയ സ്വപ്ന

ങ്ങളൊന്നും എനിക്കുണ്ടായിരുന്നില്ല. ഉള്ള് നിറയെ ഒരേ ഒരു പ്രാർത്ഥന മാത്രം. അവിടെ ചെന്ന് ഗതി കിട്ടാതെ അലഞ്ഞു തിരിയാൻ ഇടവര രുതേ എന്ന്.

വലിയ ഗമയോടെയാണ് ടൈപ്പിങ് സെന്ററിൽനിന്ന് ടൈപ്പ് ചെയ്ത ആപ്ലിക്കേഷൻ ഒരു പ്ലാസ്റ്റിക് ഫോൾഡറിലിട്ട് അറബിയുടെ നേർക്ക് നീട്ടി യത്. അയാൾ അത് പുറംകൈകൊണ്ട് തട്ടിത്തെറുപ്പിച്ചു.

മാഫി ഫായദ. അതാണ് അറബി അപ്പോൾ പറഞ്ഞ വാക്ക്.

അതിന്റെ അർത്ഥം പിന്നീട് റൂമിൽ ഒന്നിച്ചു താമസിക്കുന്ന മലപ്പുറം കാരൻ അയ്യൂബ്ക്കയാണ് പറഞ്ഞു തന്നത്. നിന്റെ ഈ കടലാസുകൊ ണ്ടൊന്നും ഇവിടെ ഒരു പ്രയോജനവുമില്ല എന്നാണത്രെ അറബി ഉദ്ദേ ശിച്ചത്.

അയ്യൂബ്ക്കാക്ക് തെറ്റില്ല. മൂപ്പർ നാട്ടിലെ സ്കൂളിൽ അറബി ഉസ്താ ദാണ്. സർവ്വീസിൽ നിന്നും അഞ്ചുകൊല്ലത്തെ ലീവെടുത്ത് ഗൾഫിൽ വന്നിരിക്കുകയാണ്. ഇവിടെ ഒരു ടീ സ്റ്റാളിൽ സപ്ലയറുടെ ജോലിയെടു ക്കുന്നു എന്നത് വേറെ കാര്യം.

അറബി ദയാവാരിധിയായിരുന്നു. എന്റെ പരുങ്ങലും മുഖത്തെ സങ്ക ടവും മറ്റും കണ്ട് മനസ്സലിഞ്ഞിട്ടാവണം എനിക്കു അയാളുടെ ട്രാൻസ്പോർട്ട് കമ്പനിയിൽ ജോലി തന്നു.

വലിയ കമ്പനിയാണ്. ബസുകൾ, ട്രക്കുകൾ എന്നിങ്ങനെ ഒട്ടന വധി വാഹനങ്ങൾ. അതൊക്കെ ട്രിപ്പ് പോയതിന്റെ കണക്ക് ലോഗ് ബുക്കിൽ ചേർക്കണം. ബാങ്കിലും മറ്റും പോകണം. ദയാവാരിധിയാണെ ങ്കിലും തഞ്ചം കിട്ടിയാൽ അറബി അയാളുടെ കാറ് കഴുകിപ്പിച്ചെന്നും വരും.

എന്നാലും തെറ്റില്ലാത്ത ശമ്പളം കിട്ടിയിരുന്നു. കുറച്ചൊക്കെ കൈയിൽ ബാക്കി വരികയും ചെയ്തു. അങ്ങനെയാണ് അറബിയുടെ കൈയും കാലും പിടിച്ച് ലീവ് സമ്പാദിച്ച് നാട്ടിൽ ചെന്ന് മലയാളം മാഷിന്റെ മകളെ കല്യാണം കഴിക്കുന്നതും പെണ്ണ് തരുന്ന സമയത്ത് മാഷ് മുന്നോട്ടു വെച്ച ഏക നിബന്ധന പ്രകാരം ഭാര്യയെ ഗൾഫിലേക്ക് കൊണ്ടുവരുന്നതും.

കുടുംബജീവിതം തുടങ്ങിയപ്പോഴല്ലേ അറിയുന്നത് ഗൾഫിൽ അത് ഇത്രയേറിയ ചെലവേറിയ കാര്യമാണെന്ന്. കിട്ടുന്ന ശമ്പളം ഒന്നിനും തികയുകയില്ല. കിട്ടാവുന്നിടത്ത് നിന്നെല്ലാം കടം വാങ്ങുക പതിവായി. ക്രെഡിറ്റ് കാർഡുകൾ പലവട്ടം ഉരച്ച് തേഞ്ഞു തേഞ്ഞില്ലാതായി.

കുത്തനെ വരഞ്ഞ രണ്ട് കോളങ്ങൾക്കിടയിൽ കിടന്നുള്ള ഒരുതരം അപകടം പിടിച്ച കളിയായിത്തീർന്നു തുടർന്നുള്ള ജീവിതം. കിട്ടാനുള്ള തിന്റെ കോളം ശൂന്യമായും കൊടുക്കാനുള്ളത് നിറഞ്ഞു കവിഞ്ഞുമി രുന്നു, എപ്പോഴും.

ഒരു ദിവസം അപ്രതീക്ഷിതമായി ഉഷ ചോദിക്കുന്നു. നമ്മുടെ ഇന്നത്തെ അവസ്ഥയെപ്പറ്റി എപ്പോഴെങ്കിലും നിങ്ങൾ കൂലങ്കഷമായി

ചിന്തിച്ചു നോക്കിയിട്ടുണ്ടോ?

നിന്റെ ഒടുക്കത്തെ ഒരു സംസ്കൃതം എന്ന മട്ടിൽ ഞാൻ തുറിച്ചു നോക്കിയതുകൊണ്ടാവണം അവൾ മനുഷ്യർക്ക് മനസ്സിലാകുന്ന ഭാഷ യിൽ വിശദീകരിച്ചു തന്നു. കുറച്ചധികം ശമ്പളം കിട്ടുന്ന ഒരു ജോലിക്കു വേണ്ടി ഒന്നു ശ്രമിച്ചു കൂടെ?

ഞാൻ അറിയാതെ ചിരിച്ചു പോയി. സാമ്പത്തിക മാന്ദ്യം എന്ന് പറഞ്ഞ് എല്ലാ കമ്പനികളും ജോലിക്കാരെ വെട്ടിക്കുറയ്ക്കുന്ന സമയ ത്താണോ വേറൊരു ജോലി കിട്ടാൻ പോകുന്നത്? അതും അധിക ശമ്പ ളത്തിന്?

അങ്ങനെയിരിക്കേ, കൂടെ ജോലി ചെയ്യുന്ന സുഹൃത്ത് പറയുന്നു, നമുക്ക് രണ്ടാൾക്കും കൂടി ചെറിയൊരു ബിസിനസ് തുടങ്ങിയാലോ? വല്ലതും സമ്പാദിച്ച് കടമൊക്കെ വീട്ടാൻ ആ ഒരു മാർഗ്ഗമേ കാണുന്നു ള്ളൂ.

ചെറിയൊരു ട്രാൻസ്പോർട്ട് കമ്പനി മതി. നമുക്ക് പരിചയമുള്ള ലൈൻ അതാണല്ലോ. തല്ക്കാലത്തേക്ക് ഇപ്പോൾ ജോലി ചെയ്യുന്ന കമ്പ നിയിൽനിന്ന് വാഹനങ്ങൾ മൊത്തമായി വാടകയ്ക്കെടുക്കാം. സ്വന്തമായി വാഹനങ്ങൾ വാങ്ങുന്നതൊക്കെ പിന്നീട്.

വിവരം അറിഞ്ഞപ്പോൾ ഉഷ എതിർപ്പു പ്രകടിപ്പിച്ചു. ഈ സുഹൃ ത്തിനെയെന്നല്ല, ആരേയുംതന്നെ അത്ര പെട്ടെന്നൊന്നും വിശ്വസിക്കരു തെന്നും ഉപദേശിച്ചു.

ഞാൻ അവളുടെ നേർക്ക് ദേഷ്യപ്പെട്ടു. എന്റെ ഒച്ച അത്രയേറെ ഉയർന്നിരിക്കണം, തൊട്ടിലിൽ കിടന്നു ഉറങ്ങുകയായിരുന്ന ഇളയകുഞ്ഞ് ഞെട്ടിയുണർന്ന് നിലവിളിച്ചത് ഇപ്പോഴും ഓർമ്മയുണ്ട്.

പാവം, ഉഷ. അവൾ ഒന്നും മിണ്ടാതെ കുഞ്ഞിനെ എടുത്ത് കുപ്പി പ്പാൽ കൊടുത്ത് അതിനെ പിന്നെയും ഉറക്കാൻ ശ്രമിച്ചുകൊണ്ടിരുന്നു. അപ്പോൾ മൂത്ത കുട്ടിയും ഉറക്കമുണർന്ന് കരഞ്ഞു.

ഉഷ മാത്രമല്ല, അടുപ്പമുള്ള പലരും ഉപദേശിച്ചതായിരുന്നു ബിസി നസ് നമുക്ക് യോജിച്ച കാര്യമല്ലെന്ന്. പാർട്ണറാകാൻ പോകുന്നവൻ തീരെ ശരിയല്ലെന്നും ചിലർ പറഞ്ഞു.

ഒന്നും കേട്ടെന്നു നടിച്ചില്ല. സുഹൃത്ത് കൊണ്ടുവന്ന കടലാസുക ളിൽ കണ്ണുമടച്ച് ഒപ്പിട്ടു കൊടുത്തു. എന്തോ ഒഴിവ് പറഞ്ഞ് അവൻ ഒരി ടത്തും അവന്റെ പേർ കാണിച്ചിരുന്നില്ല. അതിൽ സംശയം പ്രകടിപ്പി ക്കുന്നതിനു പകരം അത് നന്നായെന്ന് കരുതുകയായിരുന്നു, ഞാൻ.

ആവശ്യം തീർന്നാൽ കറിവേപ്പില പോലെ അവനെ എളുപ്പത്തിൽ വലിച്ചെറിയാമല്ലോ. നോക്കണേ, എന്റെ മലയാളി ബുദ്ധി പോയ പോക്ക്!

കുറച്ചു കാലം ബിസിനസ് നന്നായി ഓടി. പഴയ കമ്പനിയുടെ സ്ഥിരം കസ്റ്റമറുകളെ നല്ല പരിചയമുണ്ടല്ലോ, അവരെ ചാക്കിട്ടു പിടി ക്കുകയായിരുന്നു.

അങ്ങനെ ബാങ്കിൽനിന്ന് വലിയൊരു സംഖ്യ ലോണെടുത്ത് സ്വന്ത

മായി കുറെ വാഹനങ്ങൾ വാങ്ങി. ബിസിനസ് തുടങ്ങാൻ ആദ്യം വാങ്ങിയ ലോൺ ടോപ്പപ്പ് ചെയ്യുകയായിരുന്നു. മുടിഞ്ഞ പലിശ. പാർട്ണർ ആശ്വസിപ്പിച്ചു. കച്ചവടം പച്ച പിടിച്ച് വരുന്നുണ്ടല്ലോ. എല്ലാ കടവും വൈകാതെ വീട്ടി തീർക്കാം.

അത് വെറുതെയായി.

നമ്മുടെ ഒരു ട്രക്ക് ഒരപകടത്തിൽപ്പെട്ടു. എതിരെ വന്ന കാറിലി ടിച്ച് അതിലുണ്ടായിരുന്ന ഡ്രൈവറടക്കം നാലുപേരുടെയും കാറ്റുപോ യി. കേസായി. നമ്മുടെ ഡ്രൈവർ ജയിലിലുമായി.

ഒടുവിൽ, മരിച്ചവരുടെ കുടുംബത്തിനു നഷ്ടപരിഹാരം നല്കാൻ കോടതി ഉത്തരവ് വന്നപ്പോഴാണ് ഞെട്ടലോടെ അറിയുന്നത് നമ്മുടെ വാഹനങ്ങളൊന്നും വേണ്ടവിധത്തിൽ ഇൻഷുർ ചെയ്തിട്ടില്ല.

പാർട്ണർ കൈമലർത്തി. അതിനൊക്കെ എത്ര വലിയ സംഖ്യ വേണമെന്നറിയോ? മാസം തോറും ബാങ്കിലടക്കാനുള്ള ഗഡുതന്നെ ഭാരി ച്ചത്. ജോലിക്കാരുടെ ശമ്പളം, ഓഫീസ് വാടക-

കൂട്ടത്തിൽ അവൻ ഒരു കൊട്ട് കൊട്ടുകയും ചെയ്തു. നീ കമ്പനി യുടെ ഫൈനാൻസ് കാര്യമൊന്നും നോക്കാറില്ലല്ലോ. ഒക്കെയും എന്റെ തലയിലല്ലേ?

ശരിയായിരുന്നു. ഒരു തവണപോലും കമ്പനിയുടെ കണക്ക് പുസ്തകം തുറന്നു നോക്കിയിട്ടില്ലായിരുന്നു. മാനേജിങ് ഡയറക്ടർ എന്ന പേരിൽ വിസിറ്റിങ് കാർഡും പോക്കറ്റിലിട്ട് ഞെളിഞ്ഞു നടക്കുകയായി രുന്നു.

എന്തിന് അധികം പറയണം. പല കള്ളകണക്കുകളും എഴുതി പാർട്ണർ ആവുന്നത്രയും വിഴുങ്ങി കഴിഞ്ഞിരുന്നു. ചോദ്യം ചെയ്ത പ്പോൾ വാക്കായി. തല്ലുവരെയുണ്ടായി.

രേഖകളിൽ അവന്റെ പേരില്ലാത്തത് നന്നായെന്ന് കരുതിയത് എനിക്കു തന്നെ ശരിക്കും ഒരു പാരയായി തീർന്നു. നിയമപരമായി അവന് ഒന്നിനും ഒരു ബാദ്ധ്യതയുമില്ല. എല്ലാറ്റിനും ഞാൻ മാത്രം ഉത്ത രവാദി.

വീണ്ടും കടത്തിനുവേണ്ടിയുള്ള പരക്കം പാച്ചിലായി. ബാങ്കിൽ നിന്നും ലോൺ കിട്ടാത്തതുകൊണ്ട് പാസ്പോർട്ട് പണയം വെച്ച് വട്ടിപ്പ ലിശയ്ക്ക് കടം എടുക്കേണ്ടി വന്നു. ഉഷയുടെ ആഭരണം മുഴുവനും വിറ്റു.

എങ്ങനെയോ ഉഷയുടെ അച്ഛൻ വിവരം അറിഞ്ഞു. അദ്ദേഹം റിട്ട യർ ചെയ്തപ്പോൾ കിട്ടിയ മുഴുവൻ പൈസയും സ്വമേധയാ ഇവിടേക്ക് ട്രാൻസ്ഫർ ചെയ്തു തരികയായിരുന്നു. നോക്കണേ എന്റെ ഒരു ഗതി കേട്. പാവപ്പെട്ട ഒരു മനുഷ്യന്റെ ജീവിതകാല സമ്പാദ്യം മുഴുവനും കൊള്ളയടിച്ചതിനു തുല്യമല്ലേ ഇത്?

എന്നിട്ടും പൂർത്തിയായില്ല, കോടതിയിൽ കെട്ടിവെക്കാനുള്ള തുക. പിന്നെ വാഹനങ്ങൾ മുഴുവൻ വിറ്റ് കമ്പനി അടച്ചു പൂട്ടുകയേ നിവൃ

ത്തിയുണ്ടായിരുന്നുള്ളൂ.

നിഗൂഢതകള്‍ ഒന്നും ബാക്കി വെക്കേണ്ട എന്ന് ഉഷ പറഞ്ഞത് ശരി തന്നെ. നമ്മള്‍ പോയിക്കഴിഞ്ഞാല്‍ നമ്മളെപ്പറ്റി പല കഥകളും പ്രചരിക്കാനിടയുണ്ട്. മക്കള്‍ ഒരു കാലത്ത് വളര്‍ന്ന് വലുതാകുമ്പോള്‍ അവരുടെ മാതാപിതാക്കളെപ്പറ്റി അങ്ങനെയുള്ള കഥകള്‍കേട്ട് ലജ്ജി ക്കാനിട വരരുത്.

അവര്‍ അറിയട്ടെ.

മറ്റൊരു വഴിയുമില്ലാത്തതുകൊണ്ടാണ് അവരുടെ അച്ഛനും അമ്മയും-

എന്നുവെച്ച് ഇത്രയും വിശദമായി തന്നെ എഴുതി വെക്കണമോ?

വാസ്തവത്തില്‍ ചെറിയൊരു കുറിപ്പ് മതിയാകുമായിരുന്നു. ഒരൊറ്റ ഒരു വാക്യമായാലും മതി. സ്വമനസ്സാലെ, പരപ്രേരണ കൂടാതെ ഞങ്ങ ളിത് ചെയ്യുന്നു.

നാളെ ഏതെങ്കിലും നേരത്ത് ശൂര്‍ത, പൊലീസുകാരുടെ ഇവിടുത്തെ പേര് ഇതാണ്. അവര്‍ വാതില്‍ തല്ലിപ്പൊളിച്ച് അകത്തേക്കു കയറി വരു മ്പോള്‍ അവര്‍ക്കു കാര്യം മനസ്സിലാവണം. അത്രയല്ലേ വേണ്ടൂ. വെറുതെ കൊലപാതകം എന്നൊക്കെ കരുതി അവര്‍ വിഷമിക്കേണ്ട.

അല്ലെങ്കില്‍ത്തന്നെ മലയാളികളുടെ ആത്മഹത്യകള്‍ കാരണം പൊലീസുകാര്‍ക്ക് പൊറുതിമുട്ടിയിരിക്കുകയാണ്. ആഴ്ചതോറും ഒന്നു രണ്ട് ആത്മഹത്യകള്‍-

ഞങ്ങളും അതുതന്നെ ചെയ്യാന്‍ പോകുകയാണ്.

ഞാന്‍ ഇക്കാര്യം മനസ്സിലിട്ടു തിരിച്ചും മറിച്ചും ചിന്തിക്കാന്‍ തുട ങ്ങിയിട്ട് നാളുകള്‍ ഏറെയായി. അത് ഉഷയോടു പറയാന്‍ ധൈര്യം വന്നി ല്ലെന്നു മാത്രം.

പക്ഷേ, അവള്‍ തന്നെ അത് ഇങ്ങോട്ടു പറഞ്ഞു. ഇത്തവണ കടി ച്ചാല്‍ പൊട്ടാത്ത വാക്കുകളൊന്നും അവള്‍ ഉപയോഗിച്ചില്ല. അവള്‍ പറ ഞ്ഞു. ഇനിയും ഇങ്ങനെ ജീവിതം തുടരണോ? ഇങ്ങനെ നരകിച്ച്?

തിരിച്ചു ചോദിച്ചു. ഉറപ്പായിട്ടാണോ നീയിത് പറയുന്നത്?

അവള്‍ വിതുമ്പി. മറ്റെന്തുവഴി?

മറ്റൊരു വഴിയുമില്ലായിരുന്നു. ചില്ലറ തുകയ്ക്കുള്ളതാണോ ബാദ്ധ്യ തകള്‍? ദിവസവും ബാങ്കില്‍നിന്ന് ഫോണ്‍ വരുന്നു. വട്ടിപ്പലിശക്കാരുടെ വിളി വേറെ. താമസിക്കുന്ന ഫ്ലാറ്റിന്റെ വാടക ബാക്കിയായതുകൊണ്ട് റിയല്‍ എസ്റ്റേറ്റ് ഏജന്റ് ഭീഷണി മുഴക്കുന്നു. ഗ്രോസറി ഷോപ്പുകാരന്‍ വീട്ടുസാധനങ്ങള്‍ തരാതെയായി.

ക്രെഡിറ്റ് കാര്‍ഡിന്റെ അടവ് മുടങ്ങിയതിനാല്‍ ഈയടുത്ത കാലത്ത് പൊലീസ് പിടിച്ചു കൊണ്ടുപോകുക പോലുമുണ്ടായി. അങ്ങനെയാണ് ഉഷയുടെ പാസ്പോര്‍ട്ടും പണയത്തിലായത്. ലോക്കപ്പില്‍നിന്ന് പുറത്തി റങ്ങാന്‍ അതേ വഴിയുണ്ടായിരുന്നുള്ളൂ.

എന്തോ ഭാഗ്യത്തിന് കഴിഞ്ഞ തവണ നാട്ടില്‍ അവധിക്ക് ചെന്ന

പ്പോൾ ഉഷ മക്കൾ രണ്ടുപേരെയും അവളുടെ വീട്ടിൽ നിർത്തി ഒറ്റയ്ക്കാണ് തിരികെ വന്നത്. അല്ലെങ്കിൽ ആ പിഞ്ചുകുഞ്ഞുങ്ങളും ഞങ്ങളുടെ കൂടെ ഇപ്പോൾ യാത്രയാവേണ്ടി വന്നേനെ.

ഉഷയുടെ പാസ്പോർട്ട് തിരിച്ചെടുക്കാൻ ആവുന്നത്രയും ശ്രമിച്ചതായിരുന്നു. ഇനിയും എവിടെ നിന്ന് പൈസ തിരിമറിയാകാനാണ്? പാസ്പോർട്ടുണ്ടായിരുന്നെങ്കിൽ അവളെ നാട്ടിലേക്കു കയറ്റി അയക്കാമായിരുന്നു. ഒന്നുമില്ലെങ്കിലും കുട്ടികൾക്ക് അവരുടെ അമ്മയെങ്കിലും കൂടെ ഉണ്ടാകുമല്ലോ.

ഇതിപ്പോൾ, അച്ഛനും അമ്മയുമില്ലാതെ അനാഥകുട്ടികളായി-

ആദ്യം അടക്കാനാവാത്ത ആശ്ചര്യമാണ് തോന്നിയത്. ഇന്ന് സന്ധ്യാ നേരത്ത് പഴയ പാർട്ണർ കയറി വന്നപ്പോൾ. ചെയ്തുവെച്ച ദ്രോഹമൊന്നും പോരെ എന്ന എന്റെ മുഖഭാവം കണ്ടിട്ടാവണം അവൻ പറഞ്ഞു. തെറ്റിദ്ധരിക്കേണ്ട, നമ്മൾ രണ്ടാൾക്കും ഗുണമുള്ള കാര്യം പറയാൻ വന്നതാണ്.

ഒടുവിൽ, പറഞ്ഞ് പറഞ്ഞ് ആ തന്തയ്ക്ക് പിറക്കാത്തവൻ ഒരു ഉളുപ്പും കൂടാതെ ഉള്ളിലെ മാലിന്യം വാക്കുകളുടെ രൂപത്തിൽ പുറത്തേക്കെടുത്തിട്ടു.

ഒരൊറ്റ രാത്രി, അത് മതി. ആദ്യമായി കണ്ടത് തൊട്ടുള്ള ഒരാഗ്രഹമാണ്. ഒരു രാത്രി മാത്രം നീയൊന്ന് മാറി നിന്നാൽ മതി. പകരമായി പിറ്റേന്ന് തന്നെ അവളുടെ പാസ്പോർട്ട് വാങ്ങിത്തരാം. നാട്ടിലേക്ക് വൺവേ ടിക്കറ്റും-

ഭ്രാന്തെടുത്തതു പോലെയായിരുന്നു. കാലുയർത്തി അവന്റെ നാഭിക്ക് തന്നെ ആഞ്ഞു ചവുട്ടി. ദൂരെ തെറിച്ചു വീണ അവന്റെ ദേഹത്തിൽ എവിടെയെല്ലാമോ തലങ്ങും വിലങ്ങും ചവുട്ടി. എത്ര തവണയെന്നു നിശ്ചയമില്ല. ബഹളം കേട്ട് അടുത്ത ഫ്ളാറ്റുകളിലെ താമസക്കാർ കോറിഡോറിലേക്ക് ഇറങ്ങി വരാൻ തുടങ്ങിയപ്പോഴെ നിർത്തിയുള്ളൂ.

അവൻ എങ്ങനെയെല്ലാമോ ലിഫ്റ്റിലേക്ക് ഇഴഞ്ഞു കയറി രക്ഷപ്പെട്ടു.

കുറെ നേരം കഴിഞ്ഞ് ആകെ തളർന്നിരിക്കുകയായിരുന്ന എന്റെ അടുത്തേക്ക് ഉഷ വന്നു. എന്റെ നെഞ്ചിൽ വീണു അവൾ ഏങ്ങലടിച്ചു. എനിക്കു മതിയായി, ഇതിനപ്പുറം അനുഭവിക്കാൻ വേറെ ഏതപമാനമുണ്ട് ബാക്കി?

അങ്ങനെ എളുപ്പത്തിൽ തീരുമാനമായി. അത് ഏതു വിധത്തിൽ വേണമെന്ന് ആദ്യമേതന്നെ ഉള്ളിലുറപ്പിച്ച് വെച്ചിരുന്നു. അതിനെപ്പറ്റിയൊക്കെ ചിന്തിച്ചുകൊണ്ടാണല്ലോ കഴിഞ്ഞ കുറെ ദിവസങ്ങൾ തള്ളി നീക്കിയിരുന്നത്.

ഉറച്ച തീരുമാനമെടുത്ത് കഴിഞ്ഞപ്പോൾ മനസ്സിന് ആകെ ഒരു ലാഘവം. പെയ്തൊഴിഞ്ഞ ആകാശം കണക്കെ നേരിയ കരടുപോലുമില്ലാ

തായി, മനസ്സിൽ.

ഞങ്ങൾ രണ്ടുപേരും പരസ്പരം നോട്ടമൂന്നി ഒന്നും മിണ്ടാതെ കുറെ നേരം അനക്കമറ്റ് ഇരുന്നു. പെട്ടെന്ന് എന്റെ ഉള്ളിലൂടെ ഒരു മിന്നൽപ്പിണർ കടന്നുപോയി. ദൈവമേ, നമ്മൾ രണ്ടുപേരും എന്നെന്നേ ക്കുമായി ഇല്ലാതാവാൻ പോകുകയാണല്ലോ.

ഞാൻ ഉഷയെ വാരിപ്പുണർന്ന് ഉമ്മവെച്ചു. തുടരെ തുടരെ. ആദ്യം നെറ്റിയിൽ, പിന്നെ മൂക്കിൻതുമ്പത്ത്, ചുണ്ടിൽ, കഴുത്തിൽ, മാറിടത്തിൽ, അടിവയറ്റിൽ, അങ്ങനെ-

ഞരമ്പിനു ചൂടു പിടിക്കുകയായിരുന്നു. പിന്നെ ഒരാക്രമണം തന്നെ യാണ് നടന്നത്. എവിടെയെല്ലാമോ പരസ്പരം കടിച്ച് കീറി. എവിടെ നിന്നെല്ലാമോ ചോരകിനിഞ്ഞു.

ഒന്നും അറിഞ്ഞതേയില്ല.

ഒരാൾ മറ്റൊരാളെ സ്വന്തമാക്കുകയായിരുന്നു. അല്ല, ഒരാൾ മറ്റൊ രാളിൽ നിന്ന് മോചനം തേടുകയായിരുന്നു.

ഇപ്പോൾ ഉഷ ബെഡ്‌റൂമിൽ ലൈറ്റൊക്കെ അണച്ച് തളർന്നു കിട പ്പാണ്. രാവേറെ ചെന്നിരിക്കുന്നു. ഇനിയും വൈകിപ്പിക്കാതെ കൃത്യം നിർവ്വഹിക്കണം.

അവൾക്ക് അവസാനമായി മക്കളോട് എന്തെങ്കിലും സംസാരിക്കാൻ കാണുമോ ആവോ!

എനിക്ക് സ്വന്തമായി ആരുമില്ല. എല്ലാവരും ഉണ്ടായിരുന്നു, എന്റെ നല്ല കാലത്ത്. കടം കയറി മുടിഞ്ഞു എന്നറിഞ്ഞതോടെ അവരൊക്കെയും ഒന്നിച്ചങ്ങ് മരിച്ചതുപോലെയായി. സ്വന്തം അമ്മപോലും...

കൈയിൽ പണമില്ലെങ്കിൽ ഒരു പട്ടിക്കും ഗൾഫുകാരനെ വേണ്ട.

ഇത്രയും വലിയ ഒരു കുറിപ്പ് കണ്ട് നാളെ ശൂരത ഒന്ന് ഞെട്ടി യെന്നു വരും. അവർ ഇത് സ്റ്റേഷനിൽ കൊണ്ടുപോയി അവർക്ക് സുലൈ മാനി ഒഴിച്ചുകൊടുക്കുന്ന ഏതെങ്കിലും മലബാറി ഓഫീസ് ബോയിയെ ക്കൊണ്ട് വായിപ്പിച്ച് ഇതിന്റെ രത്നച്ചുരുക്കം അറിഞ്ഞുകൊള്ളും.

അതെ രത്നച്ചുരുക്കം. അങ്ങനെ ഒരു വാക്കും പലപ്പോഴും ഉഷ പറയാറുണ്ടല്ലോ. ഞാൻ എന്തെങ്കിലും പറഞ്ഞു തുടങ്ങുമ്പോൾ തന്നെ അവൾ വിലക്കും. അധികം വിശദീകരണം വേണ്ട, രത്നച്ചുരുക്കം പറ ഞ്ഞാൽ മതി.

ദൈവമേ, ഒടുവിൽ ഞങ്ങൾ രണ്ടുപേരുടെ ജീവിതവും ചുരുങ്ങി ചുരുങ്ങിപ്പോയല്ലോ.

അകത്തു നിന്നും ഉഷ വിളിക്കുന്നത് കേൾക്കുന്നു. അവൾക്ക് ധൃതി യായയോ കടന്നു പോകാൻ? അതോ, അവളുടെ മനസ്സ് മാറിക്കാണുമോ? മാറാൻ വഴിയില്ല. ഇനി മാറിയിട്ടുണ്ടെങ്കിൽ തന്നെ അപ്പോൾ ചെയ്യേ ണ്ടുന്ന കാര്യവും നേരത്തെതന്നെ ഓർത്തുവെച്ചിട്ടുണ്ട്.

അവളെ കൊല്ലുക.

പിന്നെ രണ്ടുപേർക്കുമായി കരുതിവെച്ച കൃത്യം ഒറ്റയ്ക്ക് നിർവ്വ

ഹിച്ച് അവളുടെ പിറകെ യാത്രയാവുക.

ഉഷ വീണ്ടും വിളിക്കുന്നു.

ഞാൻ അകത്ത് പോയി കാര്യം തിരക്കി തിരികെ വരാം. ഈ എഴുത്ത് മുഴുമിപ്പിക്കാതെ വയ്യല്ലോ. ഉഷ പറഞ്ഞതുപോലെ വെറുതെ എന്തിന് നിഗൂഢതകൾ പിറകിൽ ബാക്കിവെച്ച് പുറപ്പെട്ടു പോകണം?

എഴുതി തുടങ്ങുകയാണ്. ദിവസങ്ങൾക്കുശേഷം വീണ്ടും എഴു തുകയാണ്. അന്ന്, ആ രാത്രിയിൽ എഴുതി തുടങ്ങിയ കുറിപ്പ് പൂർത്തി യാക്കാൻ സാധിച്ചില്ല. എഴുതിക്കൊണ്ടിരിക്കേ ഉഷ എന്നെ വീട്ടിനക ത്തേക്ക് വിളിക്കുകയായിരുന്നുവല്ലോ.

കിടപ്പറയിലെ കട്ടിലിൽ കിടക്കുകയായിരുന്ന അവൾ എന്നെ കണ്ടതും മെത്തയിൽനിന്ന് ചാടിപ്പിടഞ്ഞു എഴുന്നേറ്റു.

"എനിക്ക് മക്കളെ കാണണം."

എന്റെ തോളിൽ പിടിച്ച് കുലുക്കിക്കൊണ്ട് അവൾ പറഞ്ഞു.

"ഒന്ന് അവസാനമായി ഒരു നോക്ക് കാണണം അവരുടെ മുഖം."

ഞാൻ അവളുടെ മുതുകിൽ മന്ദമായി തലോടി.

"അതിന് മക്കൾ നാട്ടിലല്ലേ ഉള്ളത്?"

ഒരു വാശിക്കാരി കുട്ടിയെപ്പോലെ രണ്ടു കുട്ടികളുടെ ആ അമ്മ എന്റെ നെഞ്ചിൽ തലയിട്ടടിച്ചു.

"അതൊന്നും എനിക്കറിയണ്ട. കാണണമെന്ന് വെച്ചാൽ കാണണം തന്നെ."

എനിക്ക് പെട്ടെന്ന് ദേഷ്യം വന്നു.

"അപ്പോൾ അവരെ ഇങ്ങ് കൊണ്ടുവന്ന് ആ പിഞ്ചുകുഞ്ഞുങ്ങ ളെയും നമ്മുടെകൂടെ–"

ആ കാര്യം മനസ്സിൽ ഒരു വേള സങ്കല്പിച്ചിട്ടുണ്ടാവണം. അവൾ നടുങ്ങുന്നതു കണ്ടു.

ഞാൻ ചോദിച്ചു.

"നീതന്നെ ഇങ്ങോട്ട് പറഞ്ഞതല്ലേ? ഞാൻ നിർബ്ബന്ധിച്ചിട്ടല്ലല്ലോ. എന്നിട്ടിപ്പോൾ മക്കളെ കാണണമെന്നൊക്കെ പറഞ്ഞ് വാക്ക് മാറുക യാണോ?"

അവൾ പൊട്ടിക്കരഞ്ഞു

"ഞാൻ അവരുടെ അമ്മയായിപ്പോയില്ലേ?"

അവളെ മെത്തയിലേക്ക് തന്നെ പിടിച്ച് തള്ളി ഞാൻ കിടപ്പറയിൽ നിന്ന് പുറത്തു കടന്നു.

ഇന്നത്തെ ഈ ദുരിതങ്ങളുടെയൊക്കെ തുടക്കം അവളിൽ നിന്നാ യിരുന്നില്ലേ? അവളിൽ നിന്നല്ല, അവളുടെ അച്ഛനിൽനിന്ന്.

മകളെ വിവാഹം ചെയ്ത് തരണമെങ്കിൽ അവളെ ഗൾഫിലേക്ക് ഉടനെ കൊണ്ടുപോയിക്കൊള്ളണമെന്ന നിബന്ധനവെച്ചില്ലായിരുന്നുവെ ങ്കിൽ ഇങ്ങനെ ഇത്ര വലിയ കടക്കെണിയിൽ വീഴുമായിരുന്നുവോ?

ഒറ്റനോട്ടത്തിൽ തന്നെ ഉഷയെ അത്രയും ഇഷ്ടപ്പെട്ടുപോയിരുന്നു. അതുകൊണ്ട് ഇവിടെ കുടുംബവുമായി ജീവിക്കാൻ സ്വന്തം ശമ്പളം തികയില്ലെന്ന് അറിയാമെങ്കിലും അവളുടെ അച്ഛന്റെ നിബന്ധനയ്ക്ക് സമ്മതം മൂളുകയായിരുന്നു.

ഇവിടെ വന്ന് കാലം കുറച്ചു കഴിയും മുമ്പ് തന്നെ കടം മലയോളം വളരുകയായിരുന്നു. രണ്ടു കുട്ടികൾ കൂടിയായപ്പോൾ ഒന്നുകൂടി വർദ്ധിച്ചു.

കടമൊക്കെ വീട്ടിത്തീർക്കാൻ ഒരു മാർഗ്ഗമാകുമെന്ന് കരുതി ഇടയ്ക്ക് ഒരു ബിസിനസ് തുടങ്ങിയതും അബദ്ധമായി. പാർട്ണറായി കൂടെ ചേർന്ന ചങ്ങാതി ചതിച്ചതോടെ കച്ചവടം പൊളിഞ്ഞു പാളീസായി ആ വഴിക്കും വന്നു കുറേ കടം.

എല്ലാം ഇട്ടെറിഞ്ഞ് നാട്ടിലേക്ക് രക്ഷപ്പെടാമെന്ന് വെച്ചാൽ രണ്ടു പേരുടെ പാസ്പ്പോർട്ടും കടം തന്ന വട്ടിപ്പലിശക്കാരുടെ വശം പണയത്തിലും.

കടം തന്നവരുടെ ഭീഷണി ഒരു ഭാഗത്ത്. ബേങ്കിൽ നിന്ന് കടം തിരിച്ചടച്ചില്ലെങ്കിൽ നടപടിയെടുക്കുമെന്ന നോട്ടീസ് മറുഭാഗത്ത്. ചെക്ക് മടങ്ങിയ പരാതിയിൽ പൊലീസിലും ഒന്ന് രണ്ടു വട്ടം കയറി ഇറങ്ങേണ്ടി വന്നു.

ഇതെല്ലാം അറിഞ്ഞു കൊണ്ടുതന്നെയാവണം ഒരിക്കൽ ചതിച്ച് മുങ്ങിയ പാർട്ണർ വീണ്ടും പ്രത്യക്ഷപ്പെട്ടത്.

ആ നാണംകെട്ടവൻ ഒരു ഉളുപ്പും കൂടാതെ പറയുകയായിരുന്നു, വളച്ച് കെട്ടില്ലാതെ പച്ച മലയാളത്തിൽ. എന്റെ ഉഷയെ ഒരു രാത്രിക്ക് വിട്ടുകൊടുക്കാൻ. എന്നാൽ, കടം വീട്ടി പാസ്പോർട്ട് തിരിച്ചെടുത്ത് തരാമെന്ന്.

വേറൊരു ആണാണെങ്കിൽ അവനെ കൊന്നേനെ. ഞാൻ ചവുട്ടി കുഴച്ചതേയുള്ളൂ. ഒരു കൊടിച്ചിപ്പട്ടിയെപ്പോലെ മോങ്ങിക്കൊണ്ട് അവൻ ഓടി മറഞ്ഞു.

അപ്പോഴാണ് എല്ലാം കണ്ടും കേട്ടും നില്ക്കുകയായിരുന്ന ഉഷ അലമുറയിട്ടു കരഞ്ഞ് പറഞ്ഞത് ഇങ്ങനെ അപമാനം സഹിച്ച് ജീവിക്കാൻ വയ്യെന്ന്. ഈ ജീവിതം അങ്ങ് തീർത്തു കളയാമെന്ന്.

എന്നിട്ടിപ്പോൾ അവൾ ഒഴിഞ്ഞു മാറാൻ തുടങ്ങുകയാണ്. മക്കളെ കാണണമത്രെ. നടപ്പുള്ള കാര്യമല്ലെന്ന് അവൾക്ക് തന്നെ നന്നായി അറിയാം. ഒഴിഞ്ഞു മാറാൻ വേണ്ടി വെറുതെ ഒരു കാരണം പറയുന്നുവെന്ന് മാത്രം.

പാവം, അവൾക്കറിയില്ലല്ലോ അവളുടെ ഭർത്താവ് ഇങ്ങനെയൊക്കെ ഉണ്ടാകുമെന്ന് മുൻകൂട്ടി മനസ്സിൽ കണ്ടതാണെന്ന്. അപ്പോൾ ചെയ്യേണ്ടുന്ന കാര്യവും ഉറപ്പിച്ചുവെച്ചിരുന്നു.

ഒട്ടും ദയ വിചാരിക്കരുത്.

കൊല്ലുക.

അത് അത്ര എളുപ്പമുള്ള കാര്യമല്ലായിരിക്കാം. അതും സ്വന്തം ഭാര്യയെ കൊല്ലേണ്ടി വരിക എന്നുവെച്ചാൽ-

ക്രൂരമായും തോന്നിയേക്കാം.

പക്ഷേ, ഇപ്പോൾ അത് ചെയ്യാതെ വയ്യല്ലൊ.

നേരത്തെ ഇവിടെ വന്ന് തെമ്മാടിത്തം വിളിച്ചുകൂവിയ ആ വൃത്തി കെട്ടവനെപ്പോലുള്ള കഴുകന്മാർക്ക് കൊത്തിവലിക്കാനായി എന്റെ ഉഷയെ വിട്ടുകൊടുത്ത് തനിച്ച് ഈ ലോകംവിട്ട് പോകുന്നതെങ്ങനെ?

ഞാൻ ഒച്ചയുണ്ടാക്കാതെ സോഫയുടെ കുഷ്യൻ ഉയർത്തി അതി നടിയിൽ നേരത്തെ തന്നെ കരുതിവെച്ചിരുന്ന പ്ലാസ്റ്റിക് കയറിന്റെ കഷണം പുറത്തെടുത്തു.

ഉള്ളം ഒന്നു പിടഞ്ഞു.

ദൈവമേ, നീ എന്നെക്കൊണ്ട് ഈയൊരു പാപം കൂടി ചെയ്യിക്കുക യാണല്ലൊ.

സ്വന്തം ഭാര്യയെ കഴുത്തിൽ കയറിട്ടു മുറുക്കി-

പെട്ടെന്ന് കാളിങ്ബെൽ മുഴങ്ങി തുടങ്ങി.

ഞാൻ ഞെട്ടിത്തെറിച്ച് പ്ലാസ്റ്റിക് കയർ ധൃതിയിൽ കുഷ്യ്യന് കീഴെ തന്നെ പഴയപടി വെച്ചു.

നെഞ്ചിടിപ്പ് അടക്കിപ്പിടിച്ച് വാതില്ക്കലേക്ക് നടക്കുമ്പോൾ ഓർത്തു നോക്കി. ആരായിരിക്കും വന്നിരിക്കുന്നത് രാത്രിയിൽ ഈ വൈകിയനേ രത്ത്? കടക്കാർ ആരെങ്കിലും മുങ്ങിനടക്കുന്ന എന്നെ തപ്പിപ്പിടിക്കാൻ വന്നതായിരിക്കുമോ?

വാതിൽ തുറന്നതും ഞാൻ ഒന്നുകൂടി ഞെട്ടി. കോറിഡോറിൽ രണ്ടു പൊലീസുകാർ. അവരുടെ മദ്ധ്യത്തിൽ നേരത്തെ ഞാൻ കൈകാര്യം ചെയ്തു വിട്ട പഴയ പാർട്ണർ ഒടിഞ്ഞുകുത്തി പാവത്താനായി നില് ക്കുന്നു.

"യെ ഹീ ഹൈ വൊ ആദ്മി?"

എന്റെ നേരെ വിരൽ ചൂണ്ടി അവനോട് ഒരു പൊലീസുകാരൻ ചോദി ക്കുന്നു. ഇവനാണോ തേടി വന്ന ആൾ എന്ന്.

അവൻ വിക്കി.

"ഷ്ഹാ, സാബ്. യെ ഹീ ഹൈ വൊ ആദ്മി. യെ ഹം കൊ ബഹുത്ത് മാരാ-"

ഇവൻ തന്നെ. ഇവൻ നന്നായി മർദ്ദിച്ചെന്ന്.

"ചലോ, ഹമാരാ സാത്ത്."

കൂടെ നടക്ക് എന്ന് ഒരു പൊലീസുകാരൻ പറഞ്ഞതും മറ്റേ പൊലീ സുകാരൻ എന്റെ കൈ പിടിച്ച് വലിച്ചു. ഉടുത്തിരുന്ന വസ്ത്രം മാറാൻപോലും അവസരം തന്നില്ല. മൊബൈൽ ഫോൺപോലും എടു ക്കാനൊത്തില്ല.

എനിക്ക് പൊലീസുകാരോട് എല്ലാം വിശദീകരിച്ച് പറയണമെന്നു ണ്ടായിരുന്നു. വെറുതെ മർദ്ദിച്ചതല്ല. നിന്റെ ഭാര്യയോടൊത്ത് കിടക്കാൻ

ആഗ്രഹമുണ്ടെന്ന് ആരെങ്കിലും പറഞ്ഞാൽ ഞാനെന്നല്ല, പൊലീസു കാരേ നിങ്ങൾപോലും നിയമം കണക്കിലെടുക്കാതെ മർദ്ദിച്ചു പോകുക യില്ലെ?

പക്ഷേ, എന്റെ നാവ് എനിക്ക് വഴങ്ങിയില്ല. തൊണ്ട വരണ്ട് പോയി രിക്കുന്നു. ശരീരമാകെ തളർന്ന് പൊലീസ് ജീപ്പിന്റെ പിൻസീറ്റിൽ ഒരു അഴുക്ക് ഭാണ്ഡം കണക്കെ ഞാൻ ഒതുങ്ങി ഇരുന്നു.

ഉള്ള് ഇരമ്പിയാർത്തുകൊണ്ടിരുന്നു.

എന്റെ ഭാര്യ–

അവൾ ഫ്ലാറ്റിൽ തനിച്ചല്ലേ ഉള്ളൂ. സഹായത്തിന് വിളിച്ചാൽ വരാൻ ആരുമില്ല. കടം തന്ന് മടുത്തതുകൊണ്ട് ഈയിടെയായി പരിച യക്കാർ മുഴുവനും ഒഴിഞ്ഞുമാറി നടക്കുകയാണ്.

പലവ്യഞ്ജന സാധനങ്ങളോ ഒരു നേരം കഞ്ഞിയുണ്ടാക്കി കഴി ക്കാനുള്ള ഒരു നുള്ള് അരി പോലുമോ അടുക്കളയിലില്ല. ഫ്രിഡ്ജ് കാലി. ഗ്രോസറി ഷോപ്പുകാരൻ സാധനങ്ങൾ തരുന്നത് നിർത്തിയിട്ട് കുറേയാ യി. അവിടേയും കൊടുത്ത് തീർക്കാനുണ്ടല്ലോ.

ഞാനില്ലാതെ ഉഷ എങ്ങനെ ഫ്ലാറ്റിൽ ഒറ്റയ്ക്ക് കഴിഞ്ഞു കൂടും? എന്നേക്കാൾ പഠിത്തവും വിവരവുമൊക്കെ ഉണ്ടെങ്കിലും എന്റെ വാലും പിടിച്ച് നടക്കുന്ന ഒരു സ്ത്രീയാണ് അവൾ.

പൊതുവേ ഗൾഫ് നാടുകളിൽ പൊലീസ് സ്റ്റേഷനിൽ കയറേണ്ടി വന്നാൽ, നമ്മുടെ നാട്ടിലേത് പോലെയല്ല. നല്ല മര്യാദയോടുള്ള പെരു മാറ്റമേ ഉണ്ടാകാറുള്ളൂ. ഇപ്പോൾ എന്റെ നേർക്ക് അതുണ്ടായില്ല.

പൊലീസ് സ്റ്റേഷനിൽ എത്തിയതും ഒരു ഇരുട്ടറയിലേക്ക് അവർ എന്നെ തള്ളിക്കയറ്റി. പിന്നെ ആ മുറിയിൽനിന്ന് പുറത്തേക്കിറങ്ങാൻ സമ്മതിച്ചതേയില്ല. ആരെയും ബന്ധപ്പെടാനും സമ്മതിച്ചില്ല.

ചോദ്യം ചെയ്യലില്ല, കേസും കോടതിയുമില്ല.

ഞാൻ ഒരു ഭ്രാന്തനെപ്പോലെ ആ തടവറയിൽ കിടന്ന് അലറി വിളിച്ചു കൊണ്ടിരുന്നു. പ്ലീസ് ഹെൽപ്പ്. എന്റെ ഭാര്യക്ക് ഒന്നു ഫോൺ ചെയ്യാൻ സമ്മതിച്ചാൽ മതി. അത്ര ദയയെങ്കിലും കാണിക്കൂ.

ആരും എന്റെ രോദനം കേട്ടതായി നടിച്ചില്ല.

ആ നാല് മതിലുകൾക്കകത്ത് രാവോ പകലോ മാറി മറിയുന്നത് അറിയാതെ ഞാൻ ദിവസങ്ങൾ തള്ളി നീക്കിക്കൊണ്ടിരുന്നു. അങ്ങനെ എത്ര ദിവസങ്ങൾ കടന്നു പോയെന്ന് അറിയില്ല.

ഒടുവിൽ, ഇന്ന് വൈകിയിട്ട് തടവുമുറിയുടെ വാതിൽ മലർക്കെ തുറ ക്കപ്പെട്ടു. ആരും ഒരു വിശദീകരണവും തന്നില്ല. പിടിച്ചുകൊണ്ടു പോയ തുപോലെ തന്നെ പൊലീസുകാർ എന്നെ ജീപ്പിൽ കയറ്റി താമസ സ്ഥലത്ത് തിരികെ എത്തിച്ചു.

എനിക്ക് ഊഹിക്കാമായിരുന്നു. എവിടെയോ എന്തോ പിഴവ് സംഭ വിച്ചിട്ടുണ്ട്. അല്ലാതെ ഒരു പെറ്റിക്കേസിലെ പ്രതിയായ എന്നെ ഇങ്ങനെ തടവിലിട്ട് പീഡിപ്പിക്കുകയില്ലായിരുന്നു.

പിടയ്ക്കുന്ന മനസ്സോടെയാണ് ഞാൻ കാളിങ് ബെല്ലിന്റെ സ്വിച്ചിൽ വിരലമർത്തിയത്. ഫ്ളാറ്റിനകത്ത് ബെൽ മുഴങ്ങുന്നത് കേൾക്കാമായിരുന്നു. പക്ഷേ, കുറേ നേരം കഴിഞ്ഞിട്ടും വാതിൽ തുറക്കപ്പെട്ടില്ല.

ഞാൻ ക്ഷമ നശിച്ച് വാതിൽപ്പടിയിൽ പിടിച്ച് കുലുക്കി. അപ്പോ ഴാണ് അറിയുന്നത് വാതിൽ ലോക്ക് ചെയ്തിട്ടില്ല. വെറുതെ അടച്ചിട്ടേ യുള്ളൂ.

ഫ്ളാറ്റിനകത്ത് എല്ലാം പഴയപടി കിടക്കുന്നു. ഒന്നിനും ഒരു മാറ്റ വുമില്ല. പക്ഷേ, ഉഷയെ മാത്രം കാണാനില്ല.

ഓരോ മുറിയിലും കയറി ഇറങ്ങി അന്വേഷിച്ചിട്ടും അവളെ കാണാ തായപ്പോൾ ഞാൻ തളർച്ചയോടെ സ്വീകരണമുറിയിലെ സോഫയി ലേക്ക് വീണു. അടുത്ത നിമിഷം സോഫയുടെ മുമ്പിലുള്ള കോഫി ടേബി ളിന്റെ മീതെ അന്നു രാത്രി പൊലീസ് പിടിച്ചുകൊണ്ടു പോകുന്നതിനു മുമ്പ് എഴുതി പൂർത്തിയാവാതെ വെച്ചിരുന്ന കുറിപ്പ് കിടക്കുന്നത് കണ്ണിൽപ്പെട്ടു.

ഇത് എഴുതിക്കൊണ്ടിരിക്കുമ്പോഴാണല്ലോ ഉഷ എന്നെ അകത്തേക്ക് വിളിച്ചതും മക്കളെ കാണണമെന്ന് പറഞ്ഞ് നിലവിളിച്ചതും.

ഞാൻ ആ കുറിപ്പ് എടുത്ത് നിവർത്തി നോക്കി.

അന്ന് ഞാൻ എഴുതി നിർത്തിയതിന്റെ കീഴെ, ദൈവമേ എന്റെ ഭാര്യയുടെ കൈയക്ഷരം.

അവൾ എഴുതിയിരിക്കുന്നു.

ഞാൻ പോകുകയാണ്.

അതെ, അത്രമാത്രമേയുള്ളൂ. ഞാൻ പോകുകയാണ്.

അവൾ പോയി. എവിടേക്കാണെന്ന് ഒരു ഊഹവുമില്ല. അടുത്ത ബന്ധുക്കളോ സുഹൃത്തുക്കളോ ആരുമില്ല അങ്ങനെ അവരുടെ അടു ത്തേക്ക് പോകാനായി. ഉണ്ടായിരുന്നവരൊക്കെ കടം ചോദിക്കുമല്ലോ എന്ന് പേടിച്ച് ഞങ്ങളെ അടുപ്പിക്കാറുമില്ല.

ഒരുപക്ഷേ, ഞാൻ ജയിലിലായിരുന്നപ്പോൾ പഴയ പാർട്ണർ, ആ ചെറ്റ വന്ന് ഉഷയെ തട്ടിക്കൊണ്ടു പോയതാവുമോ? അവന് അവന്റെ ആഗ്രഹം പൂർത്തിയാക്കാനുണ്ടല്ലോ. അതോ ഉഷ എങ്ങോട്ടെങ്കിലും പോയി തന്റെ ജീവിതം സ്വയം കളഞ്ഞിരിക്കുമോ?

അധികം ചിന്തിക്കാൻ വയ്യ. മനസ്സും ശരീരവും ആകെ തളർന്നിരി ക്കുകയാണ്. ഇനിയും പിടിച്ച് നില്ക്കാനാവില്ല. മറ്റൊരു ദുരന്തംകൂടി തേടി വരുന്നതിനു മുമ്പെ രക്ഷപ്പെടുന്നതാണ് നല്ലത്. എന്നെന്നേക്കു മായി.

എല്ലാവരും എനിക്ക് പൊറുത്ത് തരിക.

അവസാനമായി ഇത്രയും കൂടിയേ പറയാനുള്ളൂ.

ഉമ്മ

ഉമ്മ ഇങ്ങനെ ഉറക്കെ കരയുന്നത് ഞങ്ങൾ ആരുംതന്നെ ഇതിനു മുമ്പ് ഒരിക്കലും കണ്ടിട്ടില്ല. എന്ത് സങ്കടമുണ്ടായാലും അത് ഉള്ളിലടക്കി പ്പിടിക്കുന്ന സ്വഭാവമാണ് ഉമ്മയുടേത്. ചിലപ്പോൾ ഒരു നെടുവീർപ്പിന്റെ രൂപത്തിൽ ആ സങ്കടം പുറത്തുവന്നെന്നും വരും. അത്രയേ ഉണ്ടാവാറുള്ളൂ.

ആ ഉമ്മയാണ് ഇപ്പോൾ ഇത്രയും ഉറക്കെ കരയുന്നത്. എങ്ങനെ പരിഭ്രമിക്കാതിരിക്കും?

ഉമ്മയ്ക്ക് മക്കളായിട്ടു ഞങ്ങൾ അഞ്ചു പേരാണുള്ളത്. മൂന്നു ആണും രണ്ടു പെണ്ണും. ഞങ്ങൾ എല്ലാവരും കുടുംബസമേതം പലയി ടങ്ങളിലായി സസുഖം വാഴുന്നു. അതേ സമയം ഞങ്ങളുടെ ഉമ്മ നട്ടുച്ചയ്ക്കുപോലും വെളിച്ചം അകത്തു കയറാത്ത പഴകി ദ്രവിച്ചു വീഴാറായ തറവാട്ടിൽ ഒറ്റയ്ക്ക് കഴിഞ്ഞു കൂടുന്നു.

ഈ വയസ്സുകാലത്ത് തറവാട്ടിൽ ഒറ്റക്കായിപ്പോയതിൽ ഉമ്മാക്ക് പരാതിയൊന്നുമില്ല. പൊതുവേ ഒരു കാര്യത്തിലും ഉമ്മ പരാതി പറയാറുമില്ല. വല്ലപ്പോഴും മാത്രമേ ഞങ്ങൾ ഉമ്മയെ കാണാൻ തറവാട്ടിൽ വരാറുള്ളൂ. അതിനുപോലും ഉമ്മ പരാതി പറയുകയില്ല.

ഉമ്മാക്ക് നിർബ്ബന്ധമുള്ള ഒരേ ഒരു കാര്യമേയുള്ളൂ. എല്ലാ വർഷവും ഉപ്പയുടെ ആണ്ടിനു എല്ലാവരും തറവാട്ടിൽ ഒത്തുച്ചേരണമെന്ന്. വർഷങ്ങൾക്കു മുമ്പ് മൺമറഞ്ഞു പോയ തന്റെ ഭർത്താവിന്റെ മഗ്ഫിറത്തിനുവേണ്ടി അന്ന് പള്ളിയിലെ മൗലവിയെ വിളിച്ചു ദുആ ചെയ്യിപ്പിക്കണം. അതിനുശേഷം നെയ്ച്ചോറും പോത്തിറച്ചി കറിയും വിളമ്പുകയും വേണം.

ഉമ്മ ആ രഹസ്യം ഞങ്ങളോട് പങ്കുവെച്ചിട്ടില്ലെങ്കിലും ഞങ്ങൾ അത് ഊഹിച്ചെടുത്തിരുന്നു. ഞങ്ങളുടെ ഉപ്പാക്ക് ഏറ്റവും ഇഷ്ടപ്പെട്ട ഭക്ഷണം നെയ്ച്ചോറും പോത്തിറച്ചി കറിയുമായിരിക്കണം. മൂപ്പർ അകാലത്തിൽ

ഹൃദയം സ്തംഭിച്ചു ചരമമടഞ്ഞതും അതുകൊണ്ട് തന്നെയാവാം.

ഉപ്പയുടെ ആണ്ടു പ്രമാണിച്ച് പതിവുപോലെ ഞങ്ങൾ ഇന്ന് വീണ്ടും തറവാട്ടിൽ ഒത്തുചേരാൻ പോകുകയാണ്. അതിനായി നേരത്തെ തന്നെ ഞാൻ എത്തിച്ചേർന്നു. പിറകെ മറ്റുള്ളവരും ഇങ്ങെത്തിക്കൊള്ളും. പള്ളിയിലെ മൗലവി ളുഹർ നമസ്കാരത്തിനു ശേഷം വരാമെന്നു ഏറ്റിട്ടുമുണ്ട്.

സാധാരണയായി നമ്മുടെ പ്രദേശത്ത് ആണ്ടു ദിവസത്തിലുള്ള യാസീൻ ഓത്തും ദുആയും മറ്റും ഉണ്ടാകുക രാത്രി ഇഷാ നമസ്കാരത്തിനു ശേഷമാണ്. ഞങ്ങൾ എല്ലാവർക്കും പകൽവെളിച്ചത്തിൽ തന്നെ സ്വന്തം വീടുകളിലേക്ക് പോകാനുള്ള സൗകര്യത്തിനു വേണ്ടി അത് ഉച്ച നേരത്തേക്ക് മാറ്റുകയായിരുന്നു. നെയ്ച്ചോറും ഇറച്ചി കറിയും രാത്രിയിൽ കഴിച്ചാൽ ചിലപ്പോൾ അത് ദഹനക്കേടിനു വഴിവെച്ചെന്നും വരും.

കാലത്ത് തന്നെ ഉമ്മയെ എഴുന്നേല്പിച്ചു ദേഹമാകെ തുടച്ചു വൃത്തിയാക്കി അലക്കി വെളുപ്പിച്ച വസ്ത്രങ്ങൾ അണിയിച്ചിരുന്നു സൈനുതാത്ത. ഇവരാണ് ഉമ്മയെ നോക്കി പരിപാലിക്കുന്നത്. അതിനു വേണ്ടി ഭാരിച്ച ശമ്പളം പറ്റുന്നുമുണ്ട് തള്ള. എന്നാലും, ചേതമില്ല. അവർ ഉമ്മയുടെ പരിചരണത്തിൽ ഒരു കുറവും വരുത്തിയതായി ഇതുവരെ ഞങ്ങൾക്ക് അറിവില്ല.

ഇനി സൈനുതാത്ത വല്ല കൃത്യവിലോപം കാണിച്ചിട്ടുണ്ടെങ്കിൽ തന്നെ അത് ഞങ്ങൾ എങ്ങനെ അറിയാനാണ്? ഉമ്മ ഒന്നിനെ പറ്റിയും ആരെ പറ്റിയും ഒരു പരാതിയും പറയുകയില്ലല്ലോ.

ഇതിനിടയിൽ പ്രധാനപ്പെട്ട ഒരു കാര്യം പറയാൻ വിട്ടു പോയി. ഞങ്ങളുടെ ഉമ്മാക്ക് എഴുന്നേറ്റു നടക്കാനാവില്ല. രണ്ടു വർഷം മുമ്പ് കുളിമുറിയിൽ ഒന്നു തല കറങ്ങി വീണു. രക്തസമ്മർദ്ദത്തിന്റെ ഗുളിക കഴിക്കാൻ മറന്നു പോയിട്ടുണ്ടാവണം. ആ വീഴ്ചയിൽ ശിരസ്സിനു കീഴെ ഉമ്മയുടെ ദേഹം അപ്പാടെ തളർന്നു പോയി.

ഏതോ ഒരു നിയോഗംപോലെ ആ സമയത്ത് ഞാൻ തറവാട്ടിലുണ്ടായിരുന്നു. ഉമ്മയെ കാണാൻ വന്നതൊന്നുമല്ല. അങ്ങനെയാണെന്ന് ഉമ്മയെ ധരിപ്പിക്കാൻ ശ്രമിച്ചിരുന്നുവെങ്കിലും സത്യം മറ്റൊന്നായിരുന്നു.

ഞങ്ങളുടെ തറവാട്ടിലെ നിലവറയിൽ ധാരാളം പഴയ ചെമ്പ് പാത്രങ്ങളുണ്ട്. ഞങ്ങളുടെ ഉപ്പാപ്പയുടെ കാലത്ത് അദ്ദേഹം വാങ്ങിയിട്ടതാണ് അതെല്ലാം. നാട്ടിൽ എന്ത് അടിയന്തരമുണ്ടെങ്കിലും തറവാട്ടിൽ വന്നു ചോദിച്ചാൽ സദ്യ ഒരുക്കാനുള്ള ചെമ്പ് പാത്രങ്ങൾ വാടക ഒന്നും കൊടുക്കാതെ ആർക്കും അക്കാലത്ത് കൊണ്ടുപോകാമായിരുന്നു. ആവശ്യം കഴിഞ്ഞാൽ അവയൊക്കെ കൃത്യമായി തിരിച്ചെത്തിച്ചാൽ മതി.

ആ ചെമ്പ് പാത്രങ്ങളൊക്കെ ഇപ്പോൾ നിലവറയിൽ ക്ലാവ് പിടിച്ചു കിടക്കുകയാണ്. അതിൽനിന്ന് ഒരെണ്ണമെങ്കിലും ആരുമറിയാതെ കൊണ്ടുപോയി വില്ക്കാനുള്ള ചിന്തയുമായാണ് ഞാൻ തറവാട്ടിൽ വന്നത്.

സൈനുതാത്ത വിളിച്ചു കൂവുന്നത് കേട്ട് നിലവറയുടെ പടുകൂറ്റൻ വാതില്ക്കൽ ചുറ്റിപ്പറ്റി നിന്നിരുന്ന ഞാൻ ഓടി ചെല്ലുകയായിരുന്നു. കുളിമുറിയിൽ, നനഞ്ഞ് കുതിർന്നു വീണു കിടക്കുന്ന ഉമ്മയെ ഞാനും

സൈനുതാത്തയും ചേർന്ന് വാരിയെടുത്ത് അറയിലെ കോച്ചി കട്ടിലിൽ കൊണ്ടുവന്നു കിടത്തി. വലിയ തടിയില്ലാത്ത ഉമ്മാക്ക് ഇത്രയേറെ കനമുണ്ടെന്നു അറിഞ്ഞത് അന്ന് ആദ്യമായിട്ടായിരുന്നു.

സത്യമാണ് അത്. ഞങ്ങൾ പല വിധത്തിലുള്ള ചികിത്സകൾ ചെയ്തു നോക്കിയിരുന്നു ഉമ്മയുടെ തളർന്ന ശരീരം ഒന്ന് നേരെയാക്കി എടുക്കാൻ. ഒന്ന് കട്ടിലിൽനിന്ന് സ്വയം എഴുന്നേറ്റു തന്റെ സ്വന്തം പ്രാഥമിക കാര്യങ്ങളെങ്കിലും ചെയ്യാനുള്ള കഴിവ് തിരിച്ചു കിട്ടിയാൽ മതിയായിരുന്നു. പക്ഷേ, ചികിത്സയൊന്നും തീരെ ഫലിച്ചില്ല.

ഉമ്മ കിടപ്പിലായതോടെ ആദ്യം സൈനുതാത്ത മാത്രമുണ്ടാ യിരുന്നിടത്ത് വേറൊരു സ്ത്രീയെ കൂടി നിർത്തേണ്ടി വന്നു. സൈനു താത്തക്ക് ഉമ്മയെ പരിചരിക്കാനേ നേരം കിട്ടുകയുള്ളൂ. തറവാട്ടിലെ മറ്റു കാര്യങ്ങൾ നോക്കാൻ, പ്രത്യേകിച്ചും പാചകത്തിനും വസ്ത്രം അലക്കാനും മറ്റും ആൾ വേണമല്ലോ,

ഇപ്പോഴത്തെ പണിക്കാരികൾക്കൊക്കെ എന്തൊരു ഭാരിച്ച ശമ്പളമാണ്. അതിനു പുറമേ ഇഷ്ടം പോലെ കട്ട് മുടിക്കുകയും ചെയ്യും. സൈനുതാത്ത ഇത്തിരി ഭേദമാണ്. മറ്റേ സ്ത്രീ, അയ്യോ! അതൊരു വല്ലാത്ത സാധനം തന്നെ! പഴയ ചെമ്പ് പാത്രങ്ങൾ തറവാട്ടിൽനിന്ന് കടത്തിക്കൊണ്ടുപോയി വില്ക്കാൻ ഞാൻ കാണിക്കാറുള്ളതിന്റെ നൂറിരട്ടിയെങ്കിലും വൈഭവം ആ സ്ത്രീക്കുണ്ട്, മോഷണ വിഷയത്തിൽ.

തന്റെ കൺമുമ്പിൽ നിന്നുപോലും ആരെങ്കിലും എന്തെങ്കിലും സാധനം മോഷ്ടിച്ച് കൊണ്ടു പോകുന്നത് കണ്ടാലും ഉമ്മ ഒന്നും പറയുകയില്ല. പണ്ട് പണ്ടേ ഉമ്മ ഇങ്ങനെയാണ്. ഇങ്ങനെയൊരു പാവം സ്ത്രീ. എന്നിട്ടും, പടച്ചവൻ കൊടുത്ത ശിക്ഷ കണ്ടില്ലേ? രണ്ടു വർഷമായി ദേഹം മറ്റൊരാളുടെ സഹായം കൂടാതെ അനക്കാനാവാത്ത വിധത്തിൽ കിടപ്പിലായിട്ട്.

ഇന്നുകാലത്ത് തറവാട്ടിലേക്ക് പുറപ്പെടുമ്പോൾ എന്റെ ഭാര്യ യെയും മക്കളെയും കൂടെ വരാൻ ഞാൻ വിളിച്ചതായിരുന്നു. അവർ വന്നില്ല. ഇനി മറ്റുള്ളവരും തങ്ങളുടെ കുടുംബാംഗങ്ങൾ കൂടെയില്ലാതെ തനിയെയാണ് വരിക.

ഞങ്ങളുടെ കുടുംബാംഗങ്ങൾക്കൊന്നും പഴകി ഇടിഞ്ഞു വീഴാൻപോകുന്ന ഈ തറവാട്ടിലേക്ക് വരുന്നതേ ഇഷ്ടമല്ല. മരുന്നിന്റെയും മലമൂത്ര വിസർജ്ജനത്തിന്റെയും മടുപ്പിക്കുന്ന വാടയുള്ള ഉമ്മയുടെ അറയിലേക്ക് കടന്നു വരേണ്ടി വരുന്നത് ഓർക്കുമ്പോഴേ അവർക്ക് ഓക്കാനം വരും.

എനിക്ക് പിറകെ തറവാട്ടിലെത്തിയത് ഉമ്മയുടെ ഏറ്റവും മൂത്ത മകനായിരുന്നു. രണ്ടു അറ്റാക്ക് കഴിഞ്ഞു നില്ക്കുന്ന ആളായതുകൊണ്ട് ഇതാ മൂന്നാമത്തേതും വന്നു ഞാൻ അങ്ങ് മരിച്ചു പോകുമേ എന്ന സംഘർഷഭാവം എപ്പോഴും കാണാം വലീക്കയുടെ മുഖത്ത്. സത്യ ത്തിൽ, പെട്ടെന്ന് മൂന്നാമത്തെ അറ്റാക്കിൽ അങ്ങ് പോകേണ്ടി വന്നാലും വലീക്കയുടെ കുടുംബത്തിനു വിഷമമൊന്നും വരില്ല. രണ്ടു ആൺ മക്കളും ഗൾഫിൽനിന്നും സമ്പാദിച്ചു കൂട്ടുന്നുണ്ട്. അത് മതിയല്ലോ!

എനിക്ക് താഴെയുള്ള അനുജൻ സ്വന്തം കാറോടിച്ചാണ് തറവാട്ടി ലെത്തിയത്. വലീക്കയെയും എന്നെയും പോലെയല്ല, അവൻ ഒരു വിളഞ്ഞ വിത്താണ്. അതുകൊണ്ട് തന്നെയാണ് കാര്യമായ വിദ്യാഭ്യാ സമില്ലെങ്കിലും ചെറിയ കരാർ പണികൾ എടുത്തു തുടങ്ങി ഇന്ന് പട്ടണത്തിലെ വലിയൊരു കോൺട്രാക്ടറായി അവൻ മാറിയിരിക്കുന്നത്. എന്നിട്ടെന്ത് കാര്യം? മുറിഞ്ഞ കൈയ്ക്ക് ഉപ്പു തേക്കാത്ത ഇനമാണ്. പിശുക്ക് കണ്ടുപിടിച്ചത് തന്നെ അവനാണെന്ന് തോന്നിപ്പോകും. അത്ര യ്ക്കും വലിയ പിശുക്കൻ.

പടച്ചവനും അത് കണ്ടറിഞ്ഞു അവന്റെ നേർക്ക് ഒരു പിശുക്ക് കാണിച്ചു. മക്കളെ കൊടുത്തില്ല.

അവനു താഴെയുള്ള രണ്ടു അനുജത്തിമാരും ഒന്നിച്ചാണ് വന്നത്. പുതുപുത്തൻ പർദ്ദയും ധരിച്ചു രണ്ടും തോളുരുമ്മി വരുന്നത് കാണു മ്പോൾ ആരെങ്കിലും എന്തൊരു ചേർച്ചയുള്ള സഹോദരിമാർ എന്നു വിചാരിച്ചു പോയെങ്കിൽ അവർക്ക് തെറ്റി. രണ്ടിനും പരസ്പരം കണ്ടു കൂടാ. എപ്പോഴും ഒരാൾ മറ്റെയാളെപ്പറ്റി കുറ്റം പറഞ്ഞുകൊണ്ടിരിക്കും. ഇരുതല മൂർച്ചയുള്ള വെട്ടുകത്തിക്ക് തുല്യമാണ് രണ്ടും. തൊട്ടു പോയാൽ മുറിവ് പറ്റും.

ഉമ്മ പല മാതിരി മരുന്നുകൾ കഴിക്കുന്നതല്ലെ? വയറു കത്തിക്കാ ള്ളുന്നുണ്ടാവും. അതുകൊണ്ട് ആദ്യം തന്നെ ഉമ്മാക്ക് വേണ്ടി ചുടോടെ നെയ്ച്ചോറും കറിയും വിളമ്പി സൈനുതാത്ത. ഉമ്മയുടെ രണ്ടു പെൺമക്കൾ വന്നു കയറിയിട്ടുണ്ടല്ലോ തറവാട്ടിൽ. അവരിൽ ഒരുത്തിയെങ്കിലും ഈയൊരു നേരം ഉമ്മാക്ക് ഭക്ഷണം വാരിക്കൊടുക്കുമെന്നു ഞാൻ വിചാരിച്ചു.

ഹേയ്, അത് വെറുതെ. സൈനുതാത്ത ഭക്ഷണം വിളമ്പുന്നത് കണ്ടപ്പോഴേ ഒരു മകൾ നമസ്കാരത്തിനു വൊള് എടുക്കാനെന്ന നാട്യ ത്തിൽ കുളിമുറിയിലേക്ക് കയറി. മറ്റേ മകൾ കാറ്റ് കൊള്ളാനായി തറവാട്ടിന്റെ പിന്നാമ്പുറത്തേക്ക് പോയി. പോകുന്ന പോക്കിൽ ആരോടെന്നില്ലാതെ പറയുകയും ചെയ്തു. "ഈ വീട്ടിനകത്തു എന്തൊരു ചൂടാ, റബ്ബേ!"

കട്ടിലിന്റെ തലയ്ക്കൽ പണിപ്പെട്ടു ചാരി ഇരുത്തി എന്നത്തേയും പോലെ സൈനുതാത്ത തന്നെ ഉമ്മാക്ക് ഭക്ഷണം വാരിക്കൊടുത്തു. ഉമ്മ രുചിയോടെ ഭക്ഷണം കഴിച്ചുകൊണ്ടിരുന്നു. സ്വന്തം ഭർത്താവിനു ഇഷ്ടപ്പെട്ട നെയ്ച്ചോറും ഇറച്ചിക്കറിയുമല്ലേ, എങ്ങനെ രുചിതോന്നാ തിരിക്കും?

ഉമ്മയുടെ എല്ലാ മക്കളെ പറ്റിയും ഞാൻ പറഞ്ഞു. എന്നെ പറ്റി മാത്രം പറഞ്ഞില്ല. ഇനി അതും കൂടിയാവാമെന്നു തോന്നുന്നു.

എനിക്ക് പ്രത്യേകിച്ചു ജോലിയൊന്നുമില്ല. ഭാര്യാ വീട്ടിലാണ് താമസം. ഭാര്യയുടെ ഉപ്പ നല്ല സ്ഥിതിയുള്ള ആളാണ്. ബസാറിൽ വലിയ സൂപ്പർ മാർക്കറ്റും വേറെ ചില ബിസിനസുകളുമുണ്ട്. എന്റെ ഭാര്യയാ ണെങ്കിൽ അങ്ങേരുടെ ഏക മകളും. അതുകൊണ്ട് വീട്ടിലെ കാര്യങ്ങൾ അങ്ങേര് നോക്കിക്കോളും.

എന്റെ സ്വന്തം ആവശ്യത്തിനുള്ള പൈസ ഭാര്യയുടെ ഉപ്പയോട്

എങ്ങനെ ചോദിച്ചു വാങ്ങും? ചോദിക്കാൻ എനിക്ക് മടിയൊന്നുമില്ല. പക്ഷേ, ഭാര്യ സമ്മതിക്കില്ല. അതുകൊണ്ട് തറവാട്ടിൽ ചെന്ന് ചെമ്പ് പാത്രങ്ങൾ മോഷ്ടിച്ചും പറമ്പിൽ കയറി തേങ്ങ പറിച്ചു വിറ്റും ഞാൻ പൈസ സ്വരൂപിക്കുന്നു. ഇക്കാലത്ത് തേങ്ങ പറിക്കാൻ ആളെ കിട്ടാനാണ് വിഷമം. ഇനിയിപ്പോൾ സ്വന്തമായി തെങ്ങ് കയറ്റം പഠിക്കുകയെ നിവൃത്തിയുള്ളൂ. എങ്ങനെയെങ്കിലും ജീവിച്ചു പോകേണ്ടെ!

എനിക്കുമുണ്ട് രണ്ടു സന്താനങ്ങൾ. രണ്ടും പെൺകുട്ടികൾ. കുട്ടികളുണ്ടാകാൻ വൈകിയതുകൊണ്ട് ഇപ്പോഴും മക്കൾ രണ്ടുപേരും സ്കൂളിൽ പഠിക്കുന്നതേയുള്ളൂ. ഇനി അത് രണ്ടിനെയും കെട്ടിച്ചു വിടണമെങ്കിൽ അവരുടെ ഉപ്പപ്പ തന്നെ കനിയണം.

ചിലപ്പോൾ എനിക്ക് തോന്നാറുണ്ട്. ഈ രണ്ടു പെൺകുട്ടികൾക്കു പകരം അള്ളാഹു രണ്ടു ആൺകുട്ടികളെ തന്നിരുന്നുവേങ്കിൽ എത്ര നന്നായേനെ! അവരെ ഗൾഫിലേക്ക് കയറ്റിവിട്ടു പൈസ വസൂലാക്കാ മായിരുന്നു. പക്ഷേ, എന്തിനും വേണമല്ലോ ഒരു യോഗം!

ളുഹർ നമസ്കാരവും കഴിഞ്ഞു മൗലവി വന്നു കയറി. അദ്ദേഹം നടുത്തളത്തിൽ വിരിച്ചിരുന്ന പുൽപ്പായയിൽ ഇരുന്നു ഫാത്തിഹ വിളിച്ചു യാസീൻ ഓതുകയും അതിനുശേഷം എത്രയോ വർഷങ്ങൾക്കുമുമ്പ് മൺമറഞ്ഞുപോയ ഞങ്ങളുടെ ഉപ്പാക്ക് മഹഷരയിലെ വിധി അനുകൂലമായി സുവർക്കം കിട്ടാൻവേണ്ടി ദീർഘമായി ദുആ ഇരക്കുകയും ചെയ്തു. ഞങ്ങൾ അടിക്കടി ആമീൻ പറഞ്ഞുകൊണ്ട് മൗലവിയെ പിന്തുടർന്നു.

അതൊക്കെ കേട്ടുകൊണ്ട് ഉമ്മ അറയിൽ നിർവൃതിയിലാണ്ട് കിടന്നു. തന്റെ കെട്ടിയോനോടുള്ള കടമ ഈ വർഷവും നിർവ്വഹിക്കാൻ പറ്റിയല്ലോ. ഖോജ രാജാവായ തമ്പുരാന് സ്തുതി! അങ്ങനെ കിടന്നു പതിയെ ഉമ്മ ഉറക്കത്തിലേക്ക് വീഴുകയും ചെയ്തു. നെയ്ച്ചോർ കഴിച്ചാൽ അങ്ങനെയാണ്. വേഗം മയക്കം വരും.

ഞങ്ങൾ എല്ലാവരും നടുത്തളത്തിൽ വട്ടമിട്ടിരുന്നു. എല്ലാ വർഷവും അങ്ങനെ ഒരു പതിവ് കൂടിയുണ്ട്. കുറച്ചു നേരം നാട്ടുവർത്തമാനങ്ങൾ പറഞ്ഞുകൊണ്ട് ഞങ്ങൾ സഹോദരീസഹോദരന്മാർ കുറച്ചു നേരം ഒന്നിച്ചിരിക്കും. പിന്നെ യാത്ര പറഞ്ഞു ഓരോരുത്തരായി തറവാട്ടിൽ നിന്നും ഇറങ്ങും.

എല്ലാവരുടെ വീടുകളിലും അവരുടെ കുടുംബാംഗങ്ങൾ തനിച്ചല്ലേ? കാലം അത്ര നല്ലതൊന്നുമല്ല. പെട്ടെന്ന് വീട്ടിലെത്തിയാൽ നന്ന്.

സംസാരത്തിനിടയിൽ ഇളയ അനുജത്തിയാണ് ഓർക്കാപ്പുറത്ത് ആ ചോദ്യം എടുത്തിട്ടത്: "എത്ര കാലമെന്നുവെച്ചാ നമ്മളിങ്ങനെ മുന്നോട്ടു പോകുന്നെ?"

"നീയെന്താ അർത്ഥമാക്കുന്നത്?" അവളു പറഞ്ഞ കാര്യം മനസ്സിലാ വാതെ വലീക്ക ചോദിച്ചു.

നോക്കണേ, ഒരു വൈരുദ്ധ്യം! ഞങ്ങൾ ആണുങ്ങൾ മൂന്നു പേർക്കും തോന്നാത്ത കാര്യമാണ് കൊച്ചനുജത്തിയുടെ മനസ്സിലുദിച്ചിരി

ക്കുന്നത്. തറവാട് വീതം വെക്കുന്ന കാര്യമാണ് അവൾ ഉദ്ദേശിച്ചത്.

നാട്ടിലെ ഏറ്റവും പുരാതനമായ തറവാടാണ് ഞങ്ങളുടേത്. പടു കൂറ്റൻ തറവാട് പണിതിരിക്കുന്നത് നല്ല ഈട്ടി തടിയിലും വലിയ ചെങ്കല്ലിലുമാണ്. വീട് പൊളിച്ചു വിറ്റാൽത്തന്നെ വലിയെരു സംഖ്യ കിട്ടും.

തറവാട് നില്ക്കുന്നത് വിശാലമായ പറമ്പിലാണ്. ഒരേക്കറെങ്കിലും വരും വിസ്താരം. ഇക്കാലത്ത് ഭൂമിക്കൊക്കെ എന്തൊരു വിലയാണ്! ഈ പ്രദേശത്ത് സെന്റിനു മൂന്നു നാല് ലക്ഷമെങ്കിലും കാണും. അങ്ങനെ വരുമ്പോൾ, എന്റെ റബ്ബേ, കോടിക്കണക്കിനു വിലയുള്ള വീടും പറമ്പു മാണ് ഇങ്ങനെ മഴയത്തും വെയിലത്തും നശിച്ചു കൊണ്ടിരിക്കുന്നത്.

ഉപ്പാപ്പ ജീവിച്ചിരുന്ന കാലത്തുതന്നെ തറവാടും പറമ്പും ഞങ്ങളുടെ ഉമ്മയുടെ പേരിൽ എഴുതിവെച്ചിരുന്നു. ഉമ്മയുടെ കാലശേഷം ഞങ്ങൾ മക്കളുടെ കൈകളിലേക്ക് അത് താനേ വന്നു ചേർന്ന് കൊള്ളും.

പക്ഷേ, ഉമ്മയുടെ കാലശേഷം വരെ എന്തിനു കാത്തുനില്ക്ക ണമെന്നായി ഞങ്ങളുടെ ചിന്ത. ഒടുവിൽ പെട്ടെന്നുതന്നെ തറവാട് ഭാഗം വെക്കുന്നതാണ് നല്ലതെന്ന തീരുമാനത്തിൽ എത്തിച്ചേർന്നു ഞങ്ങൾ. വലീക്ക മാത്രം ചെറിയ എതിർപ്പ് പ്രകടിപ്പിച്ചുകൊണ്ട് ചോദിച്ചു: "അപ്പോള് ഉമ്മയുടെ കാര്യമോ?" അനുജത്തിമാരിലൊരുവൾ പറഞ്ഞു: "ചെറിയൊരു വീട് വാടകയ്ക്കെടുത്ത് സൈനുത്താത്തയുടെ കൂടെ നിർത്ത്യാ മതിയല്ലോ, ഉമ്മയെ."

"സൈനുത്താത്തയുടെ ശമ്പളം കുറച്ചു കൂടുതലാ." ഞാൻ പറഞ്ഞു. "നമുക്ക് ചെറിയ ശമ്പളത്തിനു വേറെ ആരെയെങ്കിലും നോക്കണം."

സത്യത്തിൽ, എനിക്ക് ആ തള്ളയെ തീരെ ഇഷ്ടമല്ല. ഞാൻ നില വറയിൽനിന്ന് പഴയ ചെമ്പ് പാത്രങ്ങൾ കടത്തിക്കൊണ്ടു പോകുന്നത് അവർക്കറിയാം. ഉമ്മയോട് അതു പറഞ്ഞു കൊടുക്കുമെന്ന് ഒന്നുരണ്ടു തവണ അവർ ഭീഷണിപ്പെടുത്തുകയും ചെയ്തിരുന്നു. അവരെ ഇനി അധികം വെച്ചിരുന്നാൽ അത് അപകടകരമായി തീരും.

"എന്നാപ്പിന്നെ ഇനി നമുക്ക് പിരിയാം, അല്ലേ?" എല്ലാവരുടെയും മുഖത്തേക്ക് നോക്കിക്കൊണ്ട് വലീക്ക പറഞ്ഞു. മറ്റുള്ളവർ സമ്മതപൂർ വ്വം ശിരസ്സനക്കുകയും ചിലരെങ്കിലും ഇരുന്നേടത്തുനിന്ന് എഴുന്നേല് ക്കാൻ തുടങ്ങുകയും ചെയ്തു. അപ്പോഴാണ് അതുണ്ടായത്. അറയിൽ നിന്ന് ഉമ്മ ഉറക്കെ കരയുന്നത് കേട്ടു തുടങ്ങി.

ഞങ്ങൾ ആവേശത്തിന്റെ പുറത്തു തറവാട് ഭാഗം വെക്കുന്ന കാര്യം കുറച്ചു ഉറക്കെ സംസാരിച്ചു പോയിട്ടുണ്ടാവണം. അത് ഉമ്മയുടെ ചെവിയിൽ ചെന്ന് വീണിട്ടുമുണ്ടാകാം.

ആദ്യം വലീക്കയയാണ് പരിഭ്രമത്തോടെ ഉമ്മ കിടക്കുന്ന അറയിലേക്ക് ഓടിയത്. രണ്ടു അറ്റാക്ക് വന്നതാണെന്ന കാര്യം പോലും ഓർത്തില്ല. അത്രയും വേഗത്തിലാണ് അദ്ദേഹം ഓടിയത്. ഞങ്ങളും പിറകെ ഓടി.

കിടന്നേടത്ത് നിന്ന് ശിരസ്സുയർത്തിപ്പിടിച്ചു ജനാലയ്ക്കപ്പുറത്തേക്ക് നോക്കിക്കൊണ്ടാണ് ഉമ്മ കരയുന്നത്. ഇടയ്ക്ക് തലയിണയയിൽ ശിരസ്സിട്ടു

അടിക്കുന്നുമുണ്ട്.

"എന്താ ഉമ്മാ? ഉമ്മ എന്തിനാ കരയുന്നെ?" വലീക്ക വിറയാർന്ന സ്വരത്തിൽ ചോദിച്ചു.

"ദാ, നോക്ക്. നിങ്ങടെ ഉപ്പ..... അതാ, അവിടെ..."

ഉമ്മയുടെ നോട്ടം ജനാലയുടെ അപ്പുറത്തേക്കായതുകൊണ്ട് ഞങ്ങൾക്ക് എളുപ്പത്തിൽ മനസ്സിലായി. അവിടെ ഉപ്പ നില്ക്കുന്നുണ്ടെ ന്നാണ് കരയുന്നതിനിടയിൽ ഉമ്മ പറയുന്നത്. നോക്കണേ, ഒരു തമാശ! വർഷങ്ങൾക്കു മുമ്പ് മരിച്ചു പോയ ഉപ്പ ജനാലയ്ക്കപ്പുറം ഈ നട്ടുച്ചയ്ക്ക് വന്നു നില്ക്കുന്നുണ്ടെന്നാണ് ഉമ്മ പറയുന്നത്!

"ഓരെന്നെ വയക്കു പറഞ്ഞി.... ദാ, കേക്കുന്നില്ലേ? ഇപ്പോം പറയ്നുണ്ട്." ഏങ്ങലടിക്കുന്നതിനിടയിൽ ഉമ്മ പറഞ്ഞു.

ജനാലയ്ക്കപ്പുറത്തു വെട്ടിത്തിളങ്ങുന്ന വെയിലല്ലാതെ മറ്റൊന്നും ഞങ്ങൾ കണ്ടില്ല.

"ഉമ്മാക്ക് വെറുതെ തോന്നുന്നതാ. അവിടെയൊന്നും ആരുമില്ല." ഞാൻ പറഞ്ഞു.

"ഉണ്ടെടാ മോനെ. വടി പോലെ ജനലയി പിടിച്ച് അവടെ നിക്കു ന്നുണ്ട്. നിനക്കൊന്നും കണ്ണില്ലേ കാണാൻ?"

ദേഷ്യത്തോടെയാണ് ഉമ്മ അതു പറഞ്ഞത്. മുമ്പൊരിക്കലും ഉമ്മ ഇങ്ങനെ ദേഷ്യപ്പെടുന്നത് ഞങ്ങൾ കണ്ടിട്ടില്ല. പരാതിപ്പെടാൻ എന്നതു പോലെതന്നെ അവർക്കു ദേഷ്യപ്പെടാനും അറിയില്ലല്ലോ. ഒരുപക്ഷേ, താൻ പറയുന്നത് തന്റെ മക്കൾ വിശ്വസിക്കുന്നില്ലല്ലോ എന്ന നിസ്സഹാ യതയിൽനിന്നും ഉടലെടുത്തതാവാം ഈ ദേഷ്യം.

കിതച്ചുകൊണ്ട് ഉമ്മ തുടർന്നു: "ദാ, നിങ്ങടെ ഉപ്പാന്റെ മൊകം കോപംകൊണ്ടു ചോന്നിരിക്കിന്ന്. പറയാ, നോട്. വാ... ന്റെ കൂടെ വാന്നു."

ഉമ്മ ഇത്രയും ഉറപ്പിച്ചു പറയുമ്പോൾ അതിൽ വാസ്തവം വല്ലതു മുണ്ടാകുമോ? പതിയെപ്പതിയേ എനിക്ക് സംശയം തോന്നിത്തുടങ്ങി. ജനാലയ്ക്കപ്പുറം ആളനക്കമുണ്ടോ? തിളങ്ങുന്ന വെയിലിന്റെ മിന്നായ ത്തിന്നപ്പുറം വെളുത്ത ഡബിൾമുണ്ടും മുറിക്കയ്യൻ കുപ്പായവും തലേ ക്കെട്ടുമായി നമ്മുടെ ഉപ്പ നില്ക്കുന്നുണ്ടോ?

തറവാട് വീതം വെച്ച് ഉമ്മയെ കുടിയിറക്കാൻ തീരുമാനിച്ച വിവരം മനസ്സിലാക്കി ഞങ്ങളെ ശിക്ഷിക്കാൻ വന്നു നില്ക്കുന്നതായിരിക്കാം, ഒരുപക്ഷേ ഉപ്പ. ഇന്ന് പ്രത്യേകിച്ചും ഉപ്പയുടെ ആണ്ടു ദിവസമല്ലേ? ഞാൻ ഭയത്തോടെ മറ്റുള്ളവരുടെ മുഖത്തേക്ക് നോക്കി. അവരെല്ലാം ആകെ സ്തംഭിച്ചു നില്ക്കുകയാണ്.

അപ്പോൾ ഞങ്ങളെ ഒന്നുകൂടി അമ്പരപ്പിച്ചുകൊണ്ട് ഉമ്മ പറയുന്നത് കേട്ടു: "നിങ്ങടെ ഉപ്പാന്റെ കൂടെ പോണോന്നുണ്ട്.....എത്ര കാലാ ഇങ്ങനെ കിടക്കാ? പക്ഷേല്, ന്റെ... മക്കളെ ഈ ദുനിയാവിൽ തനിച്ചാക്കി ഞാനെങ്ങനെ പോകാനാ?"

മറുകര

അവധിയെടുത്ത് കുറച്ച് ദിവസം നാട്ടിൽ ചെന്ന് നില്ക്കണമെന്ന് വിചാരിക്കാൻ തുടങ്ങിയിട്ട് കുറേയായി. അതിനുള്ള അവസരം യോജിച്ച് വന്നത് ഇപ്പോൾ മാത്രമാണ്. നാല് വർഷങ്ങൾക്ക് ശേഷം.

മുമ്പൊക്കെ വർഷം തോറും സദാശിവനും കുടുംബവും നാട്ടിൽ പോകുമായിരുന്നു. അക്കാലത്ത് നാട്ടിൽ പോകാൻ കമ്പനി വിമാനടിക്കറ്റ് നല്കിയിരുന്നു. നല്ല ശമ്പളത്തിനും മറ്റ് ആനുകൂല്യങ്ങൾക്കും പുറമെ യായിരുന്നു അത്.

പിന്നീട് സാമ്പത്തിക മാന്ദ്യം എന്നൊക്കെ പറഞ്ഞ് കമ്പനി ആ വ്യവസ്ഥകളിലൊക്കെ മാറ്റം വരുത്തുകയായിരുന്നു.

ഒരു ദിവസം പതിവുപോലെ കാലത്ത് ഓഫീസിൽ ചെന്നപ്പോൾ മേശപ്പുറത്ത് ഒരു കവർ കിടക്കുന്നു. കവറിനകത്ത് കമ്പനി ഖേദപൂർവ്വം അറിയിക്കുന്ന നോട്ടീസ്.

-നിലവിലുള്ള ശമ്പള വ്യവസ്ഥയിൽ താങ്കളുടെ സേവനം തുടർന്ന് കൊണ്ടുപോകാൻ പ്രയാസമുണ്ട്. ഒന്നുകിൽ ഇന്നുള്ളതിനേക്കാൾ ചുരു ങ്ങിയ ശമ്പള വ്യവസ്ഥയിൽ ജോലി തുടരുക. അല്ലെങ്കിൽ നിയമപര മായി ലഭിക്കാനുള്ളതൊക്കെ കൈപ്പറ്റി സ്വയം പിരിഞ്ഞുപോകുക.

രണ്ടിൽ ഒരെണ്ണം തെരഞ്ഞെടുക്കുക എന്നത് എന്നും വിഷമകരമായിരുന്നു സദാശിവന്. രണ്ടും വേണമെന്നോ അല്ലെങ്കിൽ രണ്ടും വേണ്ടെന്നോ തോന്നി പ്പോകും. പക്ഷേ, ഇപ്പോൾ അങ്ങനെയുള്ള പ്രയാസമൊന്നും തോന്നിയില്ല.

പ്രവാസജീവിതം മതിയാക്കി നല്ല സമ്പാദ്യവുമായി നാട്ടിലേക്ക് മട ങ്ങിപ്പോയവരിൽ മിക്കവരും അധികം വൈകാതെ തന്നെ തിരികെ വന്ന കഥകൾ പലതും കേട്ടിട്ടുണ്ട്. അവർക്കൊക്കെ ഒന്നേ പറയാനുണ്ടായി രുന്നുള്ളൂ. നാട്ടിലെ ജീവിതവുമായി ഒത്തു പോകാനാവുന്നില്ല.

തന്റെ അവസ്ഥയും മറ്റൊന്നാവില്ല. അത് ഉറപ്പാണ്.

പിന്നെ എന്തിന് തീരുമാനം കൈക്കൊള്ളാൻ മടിച്ച് നില്ക്കണം? ശമ്പളം കുറവായാലും ജോലിയിൽ തുടരുകതന്നെ-

പക്ഷേ, മാസം പൂർത്തിയായപ്പോഴാണ് ശരിക്കും ചൂട് അറിഞ്ഞത്. കൈയിൽ കിട്ടിയ ശമ്പളം ഒന്നിനും തികയുകയില്ല. പിന്നെ അങ്ങോട്ട് ചെലവ് വെട്ടിച്ചുരുക്കുകയേ നിവൃത്തിയുള്ളൂ എന്നു വന്നു.

അതിലും കഷ്ടമായത് വർഷംതോറുമുള്ള അവധിയുടെ കാര്യമാ യിരുന്നു. പുതുക്കിയ ശമ്പളവ്യവസ്ഥ പ്രകാരം നാട്ടിലേക്കുള്ള വിമാന ടിക്കറ്റ് കമ്പനി നല്കുകയില്ല. പോകണമെന്നുണ്ടെങ്കിൽ സ്വന്തം കൈയിൽനിന്ന് ഭാരിച്ച സംഖ്യ ചെലവാക്കി ടിക്കറ്റെടുക്കണം.

അതെങ്ങനെ? ശമ്പളത്തിൽനിന്നും വല്ലതും മിച്ചം വന്നിട്ടുവേണ്ടെ? അങ്ങനെ നാട്ടിൽ പോകുന്നത് നീണ്ടു പോയി.

നാലു വർഷത്തോളം-

2

നാട്ടിലേക്ക് വരുന്നത് അച്ഛനെ സദാശിവൻ അറിയിച്ചിരുന്നില്ല.

മുൻകൂട്ടി വിവരം കിട്ടിയാൽ പ്രായത്തിന്റെ വയ്യായ്കയൊന്നും വക വെക്കാതെ ടാക്സിയും പിടിച്ച് മകനെയും കുടുംബത്തെയും സ്വീകരി ക്കാൻ എയർപ്പോർട്ടിലേക്ക് പുറപ്പെട്ടെന്നു വരും. മുമ്പൊരിക്കൽ അങ്ങനെ ഉണ്ടായിട്ടുണ്ട്. ഒടുവിൽ യാത്രാക്ഷീണം കാരണം ഒരാഴ്ച അസുഖം പിടിച്ച് കിടക്കുകയും ചെയ്തു.

സൗദാമിനി അവളുടെ അനുജനെ വിളിച്ച് പറഞ്ഞിട്ടുണ്ട് കാറുമായി വരാൻ. അവന്റെ കൂടെ നേരെ സ്വന്തം വീട്ടിലേക്ക് പോകാമെന്ന് സൗദാ മിനി പറഞ്ഞു. ഊണ് അവിടെ നിന്നാവാം.

അവൾ പറഞ്ഞതിനോട് യോജിച്ചുവെങ്കിലും സദാശിവന് ഉള്ളിൽ ചെറിയൊരു ആശങ്ക തോന്നാതിരുന്നില്ല. യാത്ര എയർ ഇന്ത്യയിലാണ്. ചിലപ്പോൾ ഉച്ചക്കുള്ള ഊണിന് പോയിട്ട് രാത്രിയത്തെ അത്താഴത്തിന് പോലും വീട്ടിലെത്തിയെന്ന് വരില്ല.

അനുകൂലമായ കാലാവസ്ഥ തുണച്ചു. മറ്റു എയർപ്പോർട്ടിലേ ക്കൊന്നും പോകാതെ വിമാനം കൃത്യമായി ലാന്റു ചെയ്തു. പക്ഷേ, എമിഗ്രേഷൻ കൗണ്ടറുകൾക്ക് മുമ്പിൽ നേരത്തെ ഇറങ്ങിയ ഏതെല്ലാമോ ഫ്ളൈറ്റുകളിലെ യാത്രക്കാരുടെ നീണ്ട ക്യൂ. ആകെ മൂന്നു കൗണ്ടറുക ളിലെ ഓഫീസർമാരുള്ളൂ. മറ്റു കൗണ്ടറുകളെല്ലാം ശൂന്യം.

രാത്രി മുഴുവനും ഉറക്കമൊഴിച്ച് യാത്ര ചെയ്തു ആകെ ക്ഷീണി ച്ചിരിക്കുന്നവരാണ് ഈ യാത്രക്കാരെന്ന വിചാരമൊന്നും എമിഗ്രേഷൻ ഓഫീസർമാർക്കില്ല. തങ്ങളുടെ നേർക്ക് വെച്ച് നീട്ടുന്ന ഓരോ പാസ്പോർ ട്ടിന്റെ ഉടമയും അതിർത്തി കടന്ന് വരുന്ന ഭീകരനാണെന്ന മട്ടിൽ വിശദ മായ പരിശോധന നടക്കുന്നു.

ആദ്യ വിമാനയാത്രയിൽ പരിചയക്കുറവു കാരണം വിമാനത്തിനകത്തെ ടോയ്‌ലറ്റിൽ വാതിൽ തുറക്കാനാവാതെ കുടുങ്ങിപ്പോയതിൽപ്പിന്നെ വിമാനത്തിൽനിന്നു ആ കൃത്യം നിർവ്വഹിക്കാറില്ല സൗദാമിനി. ഇപ്പോൾ ആ ഒരാവശ്യവുമായി അവൾ മുള്ളിൽ ചവുട്ടിയതുപോലെ നില്ക്കുകയാണ്.

എന്തു ചെയ്യാനാണ്! ഒച്ചിനേക്കാളും പതുക്കെയാണ് ക്യൂ മുന്നോട്ടു നീങ്ങുന്നത്.

ഒടുവിൽ, ഒരുപാടു നേരം കഴിഞ്ഞ് പാസ്‌പോർട്ടിൽ സ്റ്റാമ്പടിച്ച് കിട്ടിക്കഴിഞ്ഞ ഉടനെ സൗദാമിനി മകളേയും കൂട്ടി ടോയ്‌ലെറ്റിലേക്ക് ഓടി. സദാശിവൻ ബേഗേജുകൾ കൈപ്പറ്റാൻ കൺവയർ ബെൽറ്റിനടുത്തേക്കും.

ആ ഇത്തിരി വട്ട സ്ഥലത്ത് എത്തിയതും അയാൾ ഒന്നു ഞെട്ടി. ഈശ്വരാ, എമിഗ്രേഷൻ കൗണ്ടറുകൾക്ക് മുമ്പിൽ കണ്ട യാത്രക്കാരെക്കാളും എത്രയോ ഇരട്ടി വരും തങ്ങളുടെ ബേഗേജ് വരുന്നതും കാത്ത് ബെൽറ്റിന് ചുറ്റിലും നില്ക്കുന്നവർ. മൂന്ന് ബെൽറ്റ് ഉള്ളതിൽ ഒന്നേ പ്രവർത്തിക്കുന്നുള്ളൂ. അതിലൂടെ മുമ്പ് എപ്പോഴോ ലാന്റ് ചെയ്ത ഫ്‌ളൈറ്റുകളിലെ ബേഗേജുകളാണ് ഇഴഞ്ഞു വരുന്നത്.

ബെൽറ്റിൽനിന്ന് അവരവരുടെ ബേഗേജുകൾ വലിച്ചെടുത്ത് ട്രോളിയിൽ കയറ്റുന്നതിനിടയിൽ യാത്രക്കാർ തമ്മിൽ ഉന്തും തള്ളും വരെ നടക്കുന്നു. മനഃപൂർവ്വമല്ല. ധൃതിയാണ് എല്ലാവർക്കും. എങ്ങനെയെങ്കിലും കസ്റ്റംസുകാരുടെ പീഡനത്തിൽനിന്നും രക്ഷപ്പെട്ട് എയർപ്പോർട്ടിൽനിന്ന് പുറത്തിറങ്ങണം. എന്നിട്ട്, എത്രയും പെട്ടെന്ന് തങ്ങളെയും കാത്തിരിക്കുന്ന പ്രിയപ്പെട്ടവരുടെ അടുത്ത് ചെന്നണയണം.

വർഷങ്ങൾ കഴിഞ്ഞിട്ടായിരിക്കണം ഇവരിൽ മിക്കവരുടെയും വരവ്.

തടവ് ജീവിതത്തിനിടയിൽ വീണു കിട്ടുന്ന ചെറിയൊരു പരോൾ. അതാണ് പലർക്കും ഈ അവധിക്കാലം. ഏതാനും ദിവസങ്ങളേ ഉണ്ടാകൂ. അത് തീരും മുമ്പെ ചെയ്തു തീർക്കാൻ ഒരുപാട് ഭാരിച്ച ചുമതലകളുമുണ്ടാകും.

ഒടുവിൽ, തിരികെ പോകുമ്പോൾ ആ ചുമതലകളിൽ പലതും പൂർത്തിയാവാതെ ബാക്കിയായിത്തന്നെ കിടക്കുന്നുണ്ടാകും. അപ്പോൾ വെറുതെ സ്വയം ആശ്വസിക്കാം.

അടുത്ത തവണയാവട്ടെ‌-

പക്ഷേ, ആർക്കറിയാം ആ അടുത്ത തവണ, അതെപ്പോൾ വന്ന് ചേരുമെന്ന്!

3

സൂട്ട്‌കെയിസുകൾ അടുക്കി വെച്ച ട്രോളി പ്രയാസപ്പെട്ട് തള്ളി എയർപ്പോർട്ടിന് വെളിയിലേക്ക് നടക്കുന്നതിനിടയിൽ സദാശിവൻ പരാതിപ്പെട്ടു.

"എന്തൊരു കനമാ ഈ ബേഗിനൊക്കെ, ഇതിനകത്ത് എന്തൊ

ക്കെയാ കുത്തി നിറച്ചിരിക്കുന്നെ?"

"നിങ്ങളീ വയസ്സുകാലത്തിട്ട് നടക്കാൻ വാങ്ങിയ ജീൻസ് പേന്റു
കൾ തന്നെ മതിയല്ലോ സൂട്ട് കെയ്സിന്റെ വെയ്റ്റ് കൂടാൻ." സൗദാ
മിനി പറഞ്ഞു.

"ഞാൻ ഗ്ലാമറായി നടക്കുന്നതിൽ നിനക്ക് അസൂയയയാ—"

"ശരിയാ, അച്ഛാ." മകൾ അച്ഛനെ പിന്താങ്ങി.

"അമ്മ എന്നോടും പറഞ്ഞതാ നാട്ടിൽ വെച്ച് മിഡിയും ടോപ്പു
മൊന്നും ഇടാൻ പാടില്ലെന്ന്. സൽവാറ് മാത്രം മതിയത്രെ."

സൗദാമിനി മുഖം വീർപ്പിച്ചു: "പിന്നല്ലാതെ! അത്ര നല്ല കാലമല്ല
ഇത്. നല്ല സ്ഥലവുമല്ല. അച്ഛനും മോളും അതോർത്തോ."

പതിവുപോലെ യാത്രക്കാരെ വരവേല്ക്കാൻ വന്ന വലിയ ജനക്കൂട്ടം
തന്നെയുണ്ട് എയർപ്പോർട്ടിന് പുറത്ത്. വണ്ടി വേണമോന്ന് ചോദിച്ച്
ടാക്സി ഡ്രൈവർമാർ പിറകെ കൂടുന്നു. ഡോളർ മാറാനുണ്ടോ, ദിർഹ
മുണ്ടോ എന്നൊക്കെ ചോദിച്ച് വേറൊരു കൂട്ടരും.

അവരെയൊന്നും വകവെക്കാതെ സദാശിവൻ ചുറ്റിലും നോട്ടമയ
ക്കുകയായിരുന്നു. എവിടെ അവൻ, സൗദാമിനിയുടെ അനുജൻ?
ആളൊരു കുള്ളനാണ്. ആൾക്കാരുടെ പിറകിലെങ്ങാനും നില്ക്കുന്നു
ണ്ടെങ്കിൽ കാണാൻ പറ്റിയെന്ന് വരില്ല.

കഴിഞ്ഞ തവണ ഉപയോഗിച്ചിരുന്ന നാട്ടിലെ സിം കാർഡ് നേരത്തെ
തന്നെ മൊബൈൽ ഫോണിലിട്ടു വെച്ചിരുന്നു, സദാശിവൻ. മൊബൈ
ലെടുത്ത് സൗദാമിനിയുടെ അനുജനെ വിളിച്ചു നോക്കി. അപ്പോഴാണ്
അറിയുന്നത് ഫോണിലിട്ടിരിക്കുന്ന സിം കാർഡ് റദ്ദായിപ്പോയിരിക്കുന്നു.

അയാൾക്ക് ദേഷ്യം വന്നു തുടങ്ങി. യാത്രാക്ഷീണംകൊണ്ട് ഒന്ന്
നിവർന്ന് നില്ക്കാൻപോലും വയ്യ. ഭാര്യയുടെയും മകളുടെയും നില അതിലും
ദയനീയം. അതിനിടയിലാണ് റോഡരുകിലെ ഈ കാത്ത് നില്പ്.

"എന്തുപറ്റി, ആരും കൂട്ടാൻ വന്നില്ലെ?" അവിടെ ചുറ്റിപ്പറ്റി നിന്നി
രുന്ന ടാക്സി ഡ്രൈവറുടെ വകയാണ് ചോദ്യം.

ചോദ്യം ഇഷ്ടപ്പെട്ടില്ലെങ്കിലും സദാശിവൻ അത് പുറമെ കാണിച്ചില്ല.

"ആള് വന്നു കാണുന്നില്ല, എന്തുപറ്റി ആവോ?"

"വിളിച്ച് നോക്കിയില്ലെ?"

"സിം കാർഡ് വർക്ക് ചെയ്യുന്നില്ല."

ഡ്രൈവർ അയാളുടെ ഫോൺ നീട്ടി. "ഇതില് വിളിച്ച് നോക്കിയാട്ടെ.
ആള് വരുന്നില്ലെങ്കി നമ്മുടെ കാറില് പോകാലോ."

മിടുക്കൻ. അയാളിൽ നിന്ന് ഫോൺ വാങ്ങുന്നതിനിടയിൽ സദാ
ശിവൻ കരുതി. ഓട്ടം പിടിക്കാൻ വേണ്ടിയുള്ള കൗശലം കണ്ടില്ലെ?
ഇങ്ങനെ വേണം മാർക്കറ്റിങ്.

എയർപ്പോർട്ടിലേക്ക് പുറപ്പെടുന്നതിന് മുമ്പ് തലേന്ന് രാത്രി ഒരി
ക്കൽക്കൂടി വിളിച്ച് പറഞ്ഞിട്ടും സൗദാമിനിയുടെ അനുജൻ തങ്ങൾ
വരുന്ന കാര്യം മറന്നു പോയത്രെ. എന്തൊരു തിരക്കാണെന്നറിയോ?

അവൻ പറഞ്ഞു. പുതുതായി തുടങ്ങിയ ബിസിനസല്ലെ?

സൗദാമിനിയുടെ നിർബ്ബന്ധം സഹിക്കവയ്യാതെ താൻ പേഴ്സണൽ ലോണെടുത്ത് അയച്ചു കൊടുത്ത വലിയൊരു തുക കൊണ്ടാണ് അവൻ ബിസിനസ് തുടങ്ങിയതെന്ന കാര്യം ഓർമ്മിക്കാതിരിക്കാൻ ശ്രമിച്ചുകൊണ്ട് സദാശിവൻ ടാക്സി ഡ്രൈവറെ അനുഗമിച്ചു. പിറകെ ഭാര്യയും മകളും.

"എന്നാലും അവൻ നമ്മളോടിത് ചെയ്തല്ലൊ." സൗദാമിനി സങ്ക ടപ്പെട്ടു.

ഒരു തെറി നാവിൻതുമ്പത്ത് വന്നെങ്കിലും അതടക്കിപ്പിടിച്ചു സദാശിവൻ, ആ തെറി ഭാര്യയുടെ നേർക്കോ അതോ അവളുടെ അനു ജന്റെ നേർക്കോ എന്ന് നിശ്ചയമില്ലാതെ. പകരമായി ആകാശത്തേക്ക് നോട്ടമയച്ചു പറഞ്ഞു. "മഴ പെയ്യുമോ, ആവോ!"

മുമ്പേ നടക്കുകയായിരുന്ന ഡ്രൈവർ തിരിഞ്ഞു നോക്കി ഉറക്കെ ചിരിച്ചു. "മഴയോ, നന്നായി. അങ്ങനെ ഒന്നു കണ്ടിട്ട് എത്ര നാളുകളാ യെന്നറിയോ? ഇപ്പൊ മഴക്കാലത്തും മഴ പെയ്യില്ല എന്നതാണ് വലിയ തമാശ."

ഒരു പഴയ അംബാസിഡർ കാറായിരുന്നു അയാളുടെ ടാക്സി. സദാ ശിവൻ തന്റെ ആശ്ചര്യം മറച്ചുവെച്ചില്ല. "ഇപ്പഴും ഇങ്ങനത്തെ കാറൊക്കെ റോഡിൽ ഓടുന്നുണ്ടോ?"

തന്റെ കാറിനെപ്പറ്റി കുറ്റം പറഞ്ഞത് ഡ്രൈവർക്ക് തീരെ ഇഷ്ടമാ യില്ലെന്ന് തോന്നി. കാറിന്റെ ഡോർ ഊക്കോടെ വലിച്ചടച്ച് അയാൾ തന്റെ അരിശം തീർത്തു.

അല്ലെങ്കിലും ഓട്ടം കിട്ടിക്കഴിഞ്ഞതോടെ ഡ്രൈവറുടെ മുഖത്ത് നിന്ന് നേരത്തെ ഉണ്ടായിരുന്ന വിനയഭാവമൊക്കെ മാഞ്ഞു പോയിരി ക്കുന്നു. പകരം എന്തോ ഒരു ധാർഷ്ട്യമാണ് അവിടെ കാണാനുള്ളത്.

കുണ്ടും കുഴിയും നിറഞ്ഞ റോഡിലൂടെ കാറ് ആയാസപ്പെട്ട് പാഞ്ഞുകൊണ്ടിരുന്നു.

കാറ് ഓടിക്കുന്നതിനിടിയിൽ ഡ്രൈവർ റിയർ മിറർ ഒന്ന് അഡ്ജസ്റ്റ് ചെയ്ത് വെച്ചതും പിന്നീട് കൂടെക്കൂടെ അതിലേക്ക് അയാളുടെ നോട്ടം ചെന്ന് വീഴുന്നതും സദാശിവൻ ശ്രദ്ധിച്ചു. പിറകിലേക്ക് തിരിഞ്ഞു നോക്കിയപ്പോഴാണ് അതിന്റെ കാരണം മനസ്സിലായത്.

മകൾ സൗദാമിനിയുടെ മടിയിൽ തലവെച്ച് സീറ്റിൽ ചുരുണ്ടു കൂടി കിടന്ന് ഉറങ്ങുകയാണ്. അവൾ ധരിച്ചിരുന്ന ടോപ്പ് സ്ഥാനം തെറ്റി വയ റിന്റെ ചെറിയൊരു ഭാഗം പുറമെ കാണുന്നുണ്ട്. ഈശ്വരാ, അവിടെ ക്കാണ്, അതൊരു കൊച്ചുകുട്ടിയാണെന്നുപോലും ഓർക്കാതെ മദ്ധ്യവ യസ്കനായ ഡ്രൈവർ നോക്കിക്കൊണ്ടിരിക്കുന്നത്.

ഇതൊന്നും അറിയാതെ സീറ്റിൽ പിറകോട്ട് തല ചായ്ച്ച് ഉറക്ക ത്തിലാണ് സൗദാമിനിയും.

വകതിരിവില്ലാത്ത കഴുത.

ഭാര്യയെ മനസ്സിൽ ശകാരിച്ചുകൊണ്ട് പിറകിലേക്ക് കൈയെത്തിച്ച്

മകളുടെ ടോപ്പിന്റെ സ്ഥാനം ശരിയാക്കിവെച്ചു സദാശിവൻ. അടുത്ത നിമിഷം അയാൾക്ക് ഭാര്യയോട് ഇത്തിരി ബഹുമാനമൊക്കെ തോന്നുകയും ചെയ്തു. മിഡിയും ടോപ്പുമൊക്കെ നാട്ടിലേക്ക് യോജിച്ച വസ്ത്രമല്ലെന്ന് അവൾ മുമ്പെ തന്നെ പറഞ്ഞല്ലോ.

ഡ്രൈവർക്ക് വീണ്ടും ദേഷ്യം വന്നിരിക്കണം. ഇത്തവണ അയാൾ ദേഷ്യം പ്രകടിപ്പിച്ചത് നേരെ മുമ്പിൽ കണ്ട ഒരു വലിയ ഗട്ടറിൽ കാറ് ആഞ്ഞിറക്കിക്കൊണ്ടാണ്.

സദാശിവന് ചിരി വന്നു. നിന്റെ കാറ്. അത് കേടായാൽ എനിക്കെന്ത് ചേതം!

4

ഊണിനു മുമ്പെ തന്നെ വീട്ടിലെത്തിയപ്പോൾ സൗദാമിനിക്ക് ആശ്വാസമായി. പക്ഷേ, അവളുടെ ഉത്സാഹമൊക്കെ പൂത്തിരിപോലെ പെട്ടെന്ന് കെട്ടടങ്ങുകയും ചെയ്തു.

അനുജന്റെ ഭാര്യ കാലത്തു തന്നെ സ്വന്തം വീട്ടിലേക്ക് പോയിരിക്കുന്നു. അച്ഛനും വീട്ടിലില്ല. മരുമകളെ വീട്ടിൽ സുരക്ഷിതമായി എത്തിക്കാൻ കൂടെ പോയിരിക്കുകയാണ്.

ദൂരം ചില്ലറയൊന്നുമല്ലല്ലോ. നാളെയേ അച്ഛൻ തിരികെ വരികയുള്ളൂ. അനുജന്റെ ഭാര്യ കുറച്ച് ദിവസങ്ങൾക്കു ശേഷവും.

"ഞങ്ങളിന്ന് വരുന്ന വിവരം അറിഞ്ഞുംകൊണ്ട് പോകാനൊരുങ്ങിയപ്പോൾ അവളെ ആരും തടഞ്ഞില്ലേ?"

സൗദാമിനിയുടെ ചോദ്യത്തിന് മുമ്പിൽ അവളുടെ അമ്മ നിന്നു പരുങ്ങി. "കുറെ പറഞ്ഞു നോക്കിയതാ, മോളെ. കേട്ടില്ല. പോയിട്ടെന്തോ കാര്യമുണ്ടത്രെ."

"അപ്പൊ എന്റെ പൊന്നനുജനോ? എയർപ്പോർട്ടിലോ വന്നില്ല. ഇവിടെയെങ്കിലും കാണുമെന്ന് വിചാരിച്ചു."

"ഊണിന് വരില്ലെന്ന് വിളിച്ച് പറഞ്ഞിരുന്നു. എവിടെയോ പോകാനുണ്ടെന്ന്."

സൗദാമിനി പിന്നീട് ഒന്നും ചോദിക്കുന്നത് കേട്ടില്ല. മതിയായിരിക്കണം അവൾക്ക്. സദാശിവൻ വിചാരിച്ചു. പാവം, നാട്ടിൽ വരാൻ തീരുമാനിച്ചത് തൊട്ട് അവൾക്ക് എന്തൊരു ഉത്സാഹമായിരുന്നു! ദിവസവും പർച്ചയിസിങ്ന് ഇറങ്ങും, ഓരോരുത്തർക്കും കൊടുക്കാനുള്ള സാധനങ്ങളുടെ നീണ്ട ലിസ്റ്റുമായി.

അനുജനും ഭാര്യക്കും പ്രത്യേകമായും പലതും വാങ്ങിക്കൂട്ടി.

എന്നിട്ട്, വന്നു കയറുന്ന നേരത്ത് തങ്ങളെ ഒന്ന് കാത്തു നില്ക്കാൻ പോലും അവർക്ക് തോന്നിയില്ല. കഷ്ടം!

നല്ല നാടൻ സദ്യയും പ്രതീക്ഷിച്ച് ഊണ് കഴിക്കാനിരുന്ന സദാശിവൻ ഡൈനിങ് ടേബിളിന്മേൽ നിരത്തി വെച്ചിരിക്കുന്ന ഭക്ഷണ പദാർത്ഥ

ങ്ങൾ കണ്ടപ്പോൾ നടുങ്ങി. ഏതോ റസ്റ്റോറന്റിൽനിന്ന് പാർസലായി വാങ്ങിയ നൂഡിൽസ്, ഫ്രൈഡ് റൈസ്, അങ്ങനെ പലതും.....

സൗദാമിനിയാവട്ടെ നിലവിളിച്ചു പോകുകതന്നെ ചെയ്തു. " എന്താ അമ്മേ ഇത്? ഇത്രയും കാലം കഴിഞ്ഞ് വന്നു കയറിയ ഞങ്ങൾക്ക് ഈ ആഹാരമാണോ തരുന്നത്, അതും ഹോട്ടലിൽ നിന്ന് വാങ്ങിയത്?"

അമ്മ കുറ്റബോധത്തോടെ തലയും കുനിച്ചു നിന്നു.

"നിന്റെ അനിയൻ ഓർഡർ ചെയ്ത് കൊടുത്തു വിട്ടതാ ഇതൊക്കെ. അമ്മ ഒറ്റയ്ക്ക് അടുക്കളയിൽ കയറി വിഷമിക്കണ്ടാന്ന് പറഞ്ഞു."

"ഇതിനേക്കാൾ നല്ലത് കഞ്ഞിയും ചമ്മന്തിയുമായിരുന്നല്ലൊ. അതാ ണെങ്കിൽ ഉണ്ടാക്കാൻ അത്ര വിഷമവും വരില്ല."

മകൾ അപ്പോഴേക്കും ഭക്ഷണം കഴിച്ചു തുടങ്ങിയിരുന്നു. നന്നായി വിശക്കുന്നുണ്ടാവണം, കൊച്ചുകുട്ടിയല്ലെ? സൗദാമിനി അവരുടെ കലി മകളുടെ നേർക്ക് തീർത്തു. "മതിയെടീ, അതൊക്കെ വാരിവലിച്ച് തിന്ന് വയറു കേടാക്കണ്ട."

സദാശിവന് കുറച്ചു കിടക്കണമെന്നുണ്ടായിരുന്നു. ക്ഷീണം തീർന്നു കിട്ടുമല്ലൊ. പിന്നീട് സാവകാശം സ്വന്തം വീട്ടിലേക്ക് പുറപ്പെടുകയും ചെയ്യാം.

പക്ഷേ, സൗദാമിനി സമ്മതിച്ചില്ല.

"ഇതിപ്പൊ എന്റെ വീടായി എനിക്കു തോന്നുന്നില്ല. അമ്മയുടെ പെരുമാറ്റത്തിൽപ്പോലും മാറ്റം വന്നതുപോലെ."

"അതൊക്കെ നിനക്ക് വെറുതെ തോന്നുന്നതാ."

"അതല്ല, ഏട്ടാ. എനിക്ക് എല്ലാം മനസ്സിലാവുന്നുണ്ട്. നമ്മളെ ഇപ്പൊ ഇവർക്കൊന്നും വേണ്ട. അമ്മയ്ക്ക് പുന്നാരമോന്റെയും അവന്റെ കെട്ടി യോളുടെയും വിശേഷങ്ങൾ പറയാനേ നേരമുള്ളൂ."

സൗദാമിനി പറഞ്ഞത് ശരിയാണെന്ന് പിറകെ സദാശിവനും ബോധ്യമായി. ഭക്ഷണം കഴിഞ്ഞ ഉടനെ തന്നെ പോകാൻ ഒരുങ്ങുന്നത് കണ്ടിട്ടും അമ്മ വിലക്കിയില്ല. ഇനി എപ്പോഴാണ് ഇങ്ങോട്ടൊക്കെ ഇറ ങ്ങുക എന്ന ഒഴുക്കൻ മട്ടിലുള്ള ഒരു ചോദ്യം മാത്രം.

കുറച്ച് നേരം കഴിഞ്ഞ് പെട്ടെന്ന് ഓർത്തെടുത്തതുപോലെ അവർ കൂട്ടിച്ചേർത്തു. "മോൻ ഇവിടെയില്ലാത്തതുകൊണ്ടാ. അല്ലെങ്കിൽ അവ നോട് അവന്റെ കാറിൽ കൊണ്ടു വിടാൻ പറയാമായിരുന്നു."

"അതൊന്നും വേണമെന്നില്ല. ഈ ബാഗുകളൊക്കെ ഉള്ളത് കൊണ്ടാ ടാക്സിയിൽ പോകാമെന്ന് വെച്ചത്. അല്ലെങ്കിൽ ബസ് മതി യായിരുന്നു." സദാശിവൻ പറഞ്ഞു.

അമ്മ ആശ്ചര്യം പ്രകടിപ്പിച്ചു. "ബസിലോ, അതും പ്രായമായ കൊച്ചിനേയുംകൊണ്ട്. ഇക്കാലത്ത് അതൊന്നും അത്ര നല്ലതല്ല."

അത്രയും നേരം മുഖവും വീർപ്പിച്ച് നില്ക്കുകയായിരുന്ന സൗദാ മിനി ഇടയിൽ കയറി വീണു. "പ്രായമായ കൊച്ചോ? എന്റെ മോളെപ്പറ്റിയാണോ അമ്മ ഈ പറയുന്നത്? അവൾക്ക് എട്ട് വയസ്സാകുന്നതല്ലെയുള്ളു?"

അമ്മ നിസ്സഹായപൂർവ്വം ചിരിച്ചു.

"അതിലും പ്രായം കുറഞ്ഞ കുട്ടികൾക്കുപോലും രക്ഷയില്ല. നമ്മുടെ നാട്ടിൽ കുറച്ച് കാലമായി നടക്കുന്നതൊന്നും നിങ്ങൾ അവിടെ അറിയുന്നില്ലെ?"

5

വീടിന്റെ വരാന്തയിൽ തന്നെ അച്ഛൻ നില്ക്കുന്നുണ്ടായിരുന്നു. മകനും കുടുംബവും കയറി ചെന്നിട്ടും ആ മുഖം വലിഞ്ഞു മുറുകി തന്നെയിരുന്നു. ഒരു മിണ്ടാട്ടവുമില്ല.

വീട്ടിനകത്ത് നിന്ന് ഇറങ്ങി വന്ന അമ്മ പേരക്കുട്ടിയെ കെട്ടിപ്പുണർന്ന് ഉമ്മ വെച്ചു: "എന്റെ മോളങ്ങ് വലുതായല്ലോ-"

സൗദാമിനി പറഞ്ഞു."പിന്നെ വലുതാകാതിരിക്കോ, നാല് കൊല്ലം കഴിഞ്ഞല്ലെ അമ്മ ഇപ്പോൾ അവളെ കാണുന്നത്?"

സദാശിവൻ അച്ഛന്റെ നേർക്ക് തിരിഞ്ഞു.

"അച്ഛനെന്താ മുഖം വീർപ്പിച്ച് നില്ക്കുന്നെ?"

മറുപടി ഒരു പൊട്ടിത്തെറിയായിരുന്നു.

"അച്ഛനും അമ്മയും ചത്തുപോയെന്ന് കരുതിയോ നിയ്യ്? നേരെ ഇങ്ങു വരാതെ അച്ചി വീട്ടില് വിരുന്നുണ്ണാൻ പോയിരിക്കുന്നു, നാണ മില്ലെ നിനക്ക്?"

സദാശിവന്റെ ഉള്ളിൽ ദേഷ്യമോ സങ്കടമോ അങ്ങനെ എന്തെല്ലാമോ ഒന്നിച്ച് തിളച്ചു മറിഞ്ഞു. ഇന്നലെ രാത്രി തൊട്ട് തുടങ്ങിയ അലച്ചിലാ ണ്. ഇപ്പോൾ സായാഹനം കഴിയാറായി. ഇതിനിടയിൽ ഒരു നിമിഷം പോലും വിശ്രമം കിട്ടിയിട്ടില്ല.

അച്ഛൻ പിന്നേയും എന്തെല്ലാമോ പറയാൻ ഒരുങ്ങുകയാണെന്ന് ആ മുഖത്ത് നിന്ന് വായിച്ചെടുക്കാം. അതിന് അവസരം നല്കാതെ സദാ ശിവൻ വീട്ടിനകത്തേക്ക് നടന്നു.

"എനിക്കൊന്ന് ഉറങ്ങണം. ബാക്കി വിചാരണയൊക്കെ പിന്നീ ടാവാം."

വീട്ടിനകത്ത് അവളുടെ മുറിയിൽത്തന്നെ ഉണ്ടായിരുന്നു പെങ്ങൾ. വരാന്തയിൽ നിന്നുള്ള സംസാരമൊക്കെ കേട്ടുകാണുമെങ്കിലും പുറത്തി റങ്ങി വരാൻ അവൾക്ക് തോന്നിയില്ല. ഇങ്ങനെയുള്ള സ്വഭാവം കൊണ്ടു തന്നെയാവണം അവൾക്ക് ഭർത്താവിന്റെ വീട്ടുകാരുമായി ഒത്തുപോകാൻ പറ്റാത്തതും അവരോട് കലഹിച്ച് ഇവിടെ വന്ന് നില്ക്കേണ്ടി വന്നതും.

"എന്താ നിനക്ക് കംപ്ലയിന്റ് ഒന്നുമില്ലെ? ഉണ്ടെങ്കിൽ അതും ആവാം. കൊല്ലങ്ങൾക്കുശേഷം വീട്ടിൽ കയറി വരുന്ന ആൾക്കുള്ള സ്വാഗതം അങ്ങനെ പൊടിപൊടിക്കട്ടെ."

"ഞാനിവിടെ ഒതുങ്ങി ഇരുന്നതല്ലെയുള്ളൂ, അതും തെറ്റായി പ്പോയോ?" അവൾ പിറുപിറുത്തു.

സദാശിവന്റെ ഒച്ച ചിലമ്പിച്ചു. "തെറ്റ് ഞങ്ങളുടെതാ. നാട്ടിലേക്ക് വന്നതേ തെറ്റ്, അതും ഇല്ലാത്ത പൈസ ചെലവാക്കിയിട്ട്-"

വസ്ത്രം മാറുകപോലും ചെയ്യാതെ അയാൾ മെത്തയിലേക്ക് വീണു. കുറെ നേരം കഴിഞ്ഞ് സൗദാമിനിയും അരികെ വന്നു കിടന്നു.

"നമ്മളിപ്പോൾ എല്ലാവരുടെയും ശത്രുക്കളായി മാറി, അല്ലേ ഏട്ടാ?"

സദാശിവൻ ദേഷ്യപ്പെട്ടു. "ഇപ്പൊ നിനക്ക് തൃപ്തിയായില്ലെ? നാട്ടിൽ വരണമെന്ന് പറഞ്ഞ് കിടന്നു തുള്ളലായിരുന്നല്ലൊ എപ്പോഴും."

മുമ്പൊക്കെ ഈ മാസങ്ങളിൽ മഴ ആർത്തലച്ച് പെയ്യാറുള്ളതാണ്. ഇപ്പോൾ ചൂടുകൊണ്ട് വേവുകയാണ്. ഫേൻ കറക്കാമെന്ന് വെച്ചാൽ കറന്റുമില്ല.

സദാശിവന് ഉറക്കം വന്നില്ല. ശരീരം വിയർത്ത് വസ്ത്രം കുതിർന്ന് തുടങ്ങിയിരിക്കുന്നു.

അയാൾ എഴുന്നേറ്റ് മുറിയിൽനിന്ന് പുറത്തേക്കിറങ്ങി. അപ്പോൾ പൊടുന്നനെ ഓർമ്മ വന്നു. മകൾ എവിടെ? അവൾക്കായിരുന്നല്ലൊ ക്ഷീണം ഏറെയും. അവിടെയാണെങ്കിൽ തങ്ങൾ രണ്ടുപേരും കിടക്കു മ്പോഴേക്കും അവളും കൂടെ വന്നു കിടക്കും. സ്വന്തം മുറിയുണ്ടെങ്കിലും പലപ്പോഴും തങ്ങളുടെ ഇടയിൽ കിടന്നാണ് ഉറങ്ങുക.

വരാന്തയിലേക്ക് ഇറങ്ങിയതും സദാശിവന് ആശ്ചര്യമായി.

ദേ, മകളല്ലേ ഇവിടെ ആട്ടവും അനക്കവുമില്ലാതെ മുറ്റത്തേക്ക് നോട്ട മൂന്നി ഇരിക്കുന്നത്!

"എന്തു പറ്റി മോളൂ, നിനക്ക് ഉറങ്ങണ്ടെ?"

"ഞാൻ അച്ഛന്റെയും അമ്മയുടെയും കൂടെ ഉറങ്ങാൻ വരുമ്പോൾ ആ ആന്റിയില്ലെ, അച്ഛന്റെ സിസ്റ്റർ, അവർ പറയുകയാ പാടില്ലെന്ന്. പെൺകുട്ടികൾ വേറെ കിടന്നുറങ്ങണമെന്ന്."

"അതിന് മോള് അവിടെ വെച്ച് ഞങ്ങളുടെ കൂടെ കിടന്നുറങ്ങാറു ണ്ടല്ലൊ. അത് നീ പറഞ്ഞില്ലെ?"

മകൾ പതുക്കെ വിതുമ്പി. "അവര് പറയുകയാ, സ്വന്തം അച്ഛനാ യാലും ഒന്ന് സൂക്ഷിച്ച് കൊള്ളണമെന്ന്."

ശിരസ്സിന് അടിയേറ്റത് കണക്കെ സദാശിവൻ ഒന്ന് പിടഞ്ഞു. എന്റീ ശ്വരാ......

"അതെന്താ അച്ഛാ അവര് അങ്ങനെ പറഞ്ഞത്, അച്ഛനെ സൂക്ഷിച്ചു കൊള്ളണമെന്ന്?"

മകൾ ചോദിക്കുന്നു.

അയാൾ മകളെ തന്റെ നേർക്ക് വലിച്ചടുപ്പിച്ച് അവളുടെ മൂർദ്ധാ വിൽ വാത്സല്യപൂർവ്വം ഉമ്മവെച്ചു. പിന്നെ അവളേയും കൂട്ടി മുറിയിലേക്ക് ചെന്ന് സൗദാമിനിയുടെ തൊട്ടരികെ കിടത്തി.

"മോള് ഉറങ്ങിക്കോ, പേടിക്കേണ്ട. അച്ഛൻ വരാന്തയിൽ ഇരുന്നോളാം."

സൗദാമിനി ഉറക്കപ്പിച്ചോടെ ചോദിച്ചു: "എന്തേ, നിങ്ങൾക്ക് ഉറങ്ങണ്ടെ?"

സങ്കടം വന്ന് മുട്ടി സദാശിവന്റെ തൊണ്ടയടഞ്ഞു. ഒച്ചയിടറി. "ഇനി എനിക്കുറങ്ങാൻ പറ്റുമെന്ന് തോന്നുന്നില്ല. ചുരുങ്ങിയത് നാട്ടിൽ നിന്നു മടങ്ങിപ്പോകുന്നതുവരെയെങ്കിലും."

ഉഷ്ണമേഖല

പുലർച്ചെ തന്നെ ഉറങ്ങി എഴുന്നേല്‍ക്കണമെന്ന് വിചാരിച്ചത് വെറു തെയായി. വർഷങ്ങൾക്ക് ശേഷമുള്ള നാട്ടിലെ ആദ്യ പ്രഭാതമാണ്. അ റിയാതെ ഉറങ്ങിപ്പോയി. ആരും വിളിച്ചുണർത്തിയതുമില്ല.

ഇന്നലെ നേരം വൈകിയാണ് വീട്ടിലെത്തിയത്. നാല് മണിക്കൂർ നേരത്തെ വിമാനയാത്രയേ വേണ്ടൂ കടല്‍ കടന്ന് സ്വദേശത്ത് എത്തി ച്ചേരാൻ. എയർപ്പോർട്ടിൽ നിന്നും കുണ്ടും കുഴിയും നിറഞ്ഞ റോഡ് താണ്ടി വീട്ടിലെത്താൻ അതിലേറെ സമയമെടുത്തു.

യാത്രാക്ഷീണമുണ്ടെങ്കിലും കിടന്നിട്ട് പെട്ടെന്ന് ഉറക്കം വന്നില്ല, പൊരിയുന്ന ചൂട്. സീലിംഗ് ഫേനുണ്ടായിട്ട് ഒരു ഫലവുമുണ്ടായില്ല. കറണ്ട് വന്നും പോയും കൊണ്ടിരുന്നു. മുറിയിലേക്ക് കാറ്റ് കയറട്ടെ എന്ന് കരുതി ജനാല തുറന്നുവെച്ചു നോക്കി. കാറ്റിന് പകരം കയറി വന്നത് ഒരു പറ്റം കൊതുകുകൾ.

ജനാലക്കപ്പുറം വെയില്‍ വെട്ടിത്തിളങ്ങുകയാണ് ഇപ്പോൾ. ഒരു തരം വരണ്ട കാറ്റാണ് മുറിയിലേക്ക് കടന്നു വരുന്നത്. ശരീരം വിയർത്ത് അതിന്റെ നനവ് ധരിച്ചിരുന്ന വസ്ത്രത്തില്‍ മാത്രമല്ല മെത്ത വിരിപ്പിലും പടർന്നിരിക്കുന്നു.

ഉമ്മറത്ത് നിന്ന് അച്ഛൻ ആരോടോ ഉറക്കെ സംസാരിക്കുന്നത് കേൾക്കാം.

അച്ഛന് സ്വരം താഴ്ത്തി സംസാരിക്കാനറിയില്ല. അനേകം വർഷങ്ങൾ ക്ലാസ് മുറികളില്‍ വായിട്ടലച്ചതിന്റെ ഒരു ശീലമാണത്. ജോലിയില്‍ നിന്ന് റിട്ടയറായിട്ട് കാലം കുറെയായെങ്കിലും മാഷിന്റെ പഴയ സ്വഭാവത്തിനു മാത്രം മാറ്റമില്ല. കുട്ടികളുടെ നേർക്ക് കാണിക്കാറുള്ള മുൻശുണ്ഠിയും ഇപ്പോഴുമുണ്ട്.

ഇത്രയും കാലം അമ്മ എങ്ങനെ ഈ മനുഷ്യനെ സഹിച്ചു?

ഒരിക്കലും അമ്മയോട് ഒരു മൃദുവാക്ക് പറയുന്നത് കേട്ടില്ല. മക്ക ളോടും അങ്ങനെതന്നെ.

അമ്മയെപ്പറ്റി ഇതാ ഇപ്പോൾ ഓർത്തതേയുള്ളൂ. വാതിൽക്കൽ മുഖം നിറയെ ചിരിയുമായി അമ്മ നിൽക്കുന്നു. ചിരിച്ചുകൊണ്ടേ എപ്പോഴും അമ്മയെ കാണുകയുള്ളൂ. അച്ഛൻ എത്രമാത്രം ഗൗരവക്കാരനാണോ അതിന്റെ നേർ വിപരീതമാണ് അമ്മ. പാവം. ശുദ്ധഗതിക്കാരി.

"നേരം നട്ടുച്ചയായി. മോൻ എണീക്കുന്നില്ലെ?"

സഹദേവൻ മെത്തയിൽ കൈപ്പടമൂന്നി മെല്ലെ എഴുന്നേറ്റു.

"എന്തൊരു ചൂടാ അമ്മേ ഇത്? ആകെ പുകച്ചിലെടുക്കുന്നല്ലൊ."

അമ്മ ചിരിച്ചു. "നിന്റെ ആ മരുഭൂമിയിലുള്ളതിന്റെ അത്രയും ചൂട് വരോ."

"അതിന് നമ്മളെപ്പോലുള്ളവർ എപ്പഴാ അവിടെ ചൂട് അറിയുന്നത്? എല്ലായിടത്തും ഏസിയല്ലെ?"

അമ്മ പുറത്തേക്ക് പോയതും അത് കാത്ത് നിന്നിട്ടെന്നവണ്ണം മുറി യിലേക്ക് കയറി വന്നു, സുലോചന. പ്രിയ പത്നിയുടെ മുഖത്ത് വലിയ തെളിച്ചമില്ല. ഇന്നലത്തെ യാത്രീക്ഷീണം കൊണ്ടാവാം. അതുമാത്രമ ല്ല, രാത്രി മുഴുവനും തന്നെപ്പോലെ തന്നെ അവളും ചൂട് സഹിക്കവ യ്യാതെ എരിപൊരി കൊള്ളുകയായിരുന്നു.

"ഇപ്പൊ നിനക്ക് തൃപ്തിയായില്ലെ? ഞാനെത്ര പറഞ്ഞതാ നാട്ടിൽ വരാൻ പറ്റിയ സമയമല്ല ഇതെന്ന്."

സുലോചന പരുങ്ങി. "മോൾ‌ടെ സ്കൂൾ അടുക്കുന്ന സമയം നോക്കിയല്ലെ നാട്ടിൽ വരാൻ പറ്റുകയുള്ളൂ."

"ജൂൺ ഒടുവിൽ രണ്ടു മാസത്തേക്ക് സ്കൂൾ പൂട്ടില്ലെ? ആ സമ യത്ത് മഴയായിരിക്കും ഇവിടെ. നല്ല മഴ കണ്ടിട്ട് കാലമെത്രയായി."

സുലോചന മുഖം വീർപ്പിച്ചു.

"മഴ പോലും! മഴക്കാലത്ത് വന്നാലറിയാം. ഡെങ്കിപ്പനിയും ചിക്കൻഗുനിയയും. അങ്ങനെ നാടാകെ എന്തെല്ലാം അസുഖങ്ങളാണ്."

സഹദേവൻ ഉറക്കെ പൊട്ടിച്ചിരിച്ചു. "ശരിയാ, നമ്മൾ എയർപ്പോർട്ടിൽനിന്ന് പുറത്തിറങ്ങിയത് തൊട്ട് എവിടെയും ഒറ്റ ഒരാളെയും കണ്ടില്ലല്ലോ. ഇപ്പഴാ അതിന്റെ കാരണം മനസ്സിലാവുന്നത്. കഴിഞ്ഞ മഴക്കാലത്ത് ഡെങ്കിപ്പ നിയും ചിക്കൻ ഗുനിയയും പിടിച്ച് നാട്ടുകാരെല്ലാം ചത്ത് പോയത്രെ."

"ഹെ, വലിയൊരു തമാശ." ആകെ ചുക്കിച്ചുളിഞ്ഞ് കിടക്കുന്ന മെത്ത വിരിപ്പെടുത്ത് കുടഞ്ഞു വിരിച്ചു, സുലോചന. സ്ഥാനം തെറ്റി കിടക്കുന്ന തലയിണ ശരിക്കും എടുത്തുവെച്ചു.

"എയർപ്പോർട്ടിൽ ഇറങ്ങിയത് തൊട്ട് കേൾക്കുന്നതാ ചൂട്, ചൂടെ ന്. പുറംനാട്ടിൽ പോകുന്നതിനു മുമ്പ് ഇവിടെ ജീവിച്ചിരുന്ന ആള് തന്നെ യല്ലെ, ഏട്ടൻ? അന്ന് ഈ ചൂടൊന്നും ഉണ്ടായിരുന്നില്ലെ?"

ഉണ്ടായിരുന്നുവോ? സഹദേവൻ സ്വയം ചോദിച്ചു നോക്കി.

തീർച്ചയാണ്. ഇത്രയും ചൂട് മുമ്പൊന്നും ഉണ്ടായിരുന്നില്ല. അന്ന്

എങ്ങും ധാരാളം വൃക്ഷങ്ങളുണ്ടായിരുന്നു. വയലുകളും പറമ്പുകളും കുളങ്ങളുമുണ്ടായിരുന്നു. കാറ്റ് യഥേഷ്ടം നീങ്ങുമായിരുന്നു.

2

എന്ത് വെച്ചുണ്ടാക്കിയാലും അതിന് ഒരു പ്രത്യേക രുചി തന്നെ യാണ്.

ആ രുചി ആസ്വദിച്ചുകൊണ്ട് ഭക്ഷണം കഴിച്ചുകൊണ്ടിരുന്നു സഹ ദേവൻ. അരികെ തന്നെ ഇരിക്കുകയായിരുന്ന സുലോചന പറഞ്ഞു; "നല്ലോണം വാരിവലിച്ചു കേറ്റുന്നുണ്ടല്ലോ."

സഹദേവൻ ചിരിച്ചു.

"ഞാൻ നിന്നോട് പലപ്പോഴും പറഞ്ഞിട്ടില്ലേ അമ്മയുണ്ടാക്കുന്ന ഭക്ഷണത്തിന്റെ രുചിയെപ്പറ്റി. പിന്നെങ്ങനെ നിർത്താൻ തോന്നും?"

"കേട്ടോ, അമ്മേ?" സുലോചന അമ്മയുടെ നേർക്ക് തിരിഞ്ഞു.

"പ്രഷറും കൊളസ്ട്രോളും ആവശ്യത്തിനുണ്ട്. എന്നാലോ, ഒരു കൺട്രോളുമില്ല-"

അമ്മയുടെ മുഖത്ത് അമ്പരപ്പ്. "നേരാണോ മോനെ?"

"അങ്ങനെ കാര്യമായിട്ടൊന്നുമില്ല. അവിടെ ഇതൊക്കെ എല്ലാ വർക്കും സാധാരണമായിട്ടുള്ളതാ."

അപ്പോഴാണ് ശ്രദ്ധയിൽപ്പെടുന്നത്. മറുവശത്തിരിക്കുന്ന മകൾ ഭക്ഷണം കഴിച്ചു തുടങ്ങിയിട്ടില്ല. മുഖം വീർപ്പിച്ചാണ് പുള്ളിക്കാരി ഇരി ക്കുന്നത്.

"എന്താ ഇവൾക്ക് ഭക്ഷണം വേണ്ടെ?" സദാശിവൻ ഭാര്യയോട് ചോദിച്ചു.

"ഇത് വേണ്ട, കോൺഫ്ളക്സ് മതിയെന്ന്-"

"അവൾക്കതാണ് വേണ്ടതെന്ന് അറിഞ്ഞിരുന്നെങ്കിൽ നേരത്തെ തന്നെ വാങ്ങിവെച്ചേനെ" അമ്മയുടെ സ്വരത്തിൽ കുറ്റബോധം.

സഹദേവൻ വിലക്കി: "അതൊന്നും വേണ്ടാ അമ്മേ. എല്ലാവരും കഴിക്കുന്ന ഭക്ഷണം തന്നെ അവൾക്കും മതി."

ഒമ്പത് വയസ്സ് തികയാറായി മകൾക്ക്. എന്നാലും, കൊച്ചുകുട്ടിക ളെപ്പോലെ ദുശ്ശാഠ്യമാണ്. ഒരൊറ്റ സന്തതിയായതുകൊണ്ട് ലാളന കുറച്ചു കൂടിപ്പോയി. അതിന്റെ ഒരു ദോഷമുണ്ട് പെരുമാറ്റത്തിന്.

ഇവിടേക്ക് വരുന്നതിനു മുമ്പ് താക്കീത് നല്കിയതാണ്. പറയുന്നത് അനുസരിച്ച് നല്ല കുട്ടിയായി പെരുമാറണമെന്ന്. ഒരു ഫലവുമുണ്ടായില്ല. ഇന്നലെ രാത്രി തന്നെ വാശി തുടങ്ങി, അച്ഛന്റെയും അമ്മയുടെയും കൂടെ കിടക്കണമെന്ന്. വേറെ മുറിയിൽ കിടന്നുറങ്ങാൻ പേടിയാണെന്ന്.

സമ്മതിച്ചില്ല. അവിടെ നിന്ന് ഇടയ്ക്കിടെ അങ്ങനെ കൂടെ കിടന്നു റങ്ങാൻ അനുവദിക്കാറുണ്ട്. അത് ഇവിടെ പറ്റുമോ. അവളും വാശി പിടിച്ചു നിന്നു. ഒടുവിൽ, നല്ലൊരു തല്ല് കൊടുക്കേണ്ടി വന്നു. അങ്ങനെ

കരച്ചിലോടെ അച്ഛമ്മയുടെ കൂടെ ഉറങ്ങാൻ പോയി.

എന്നിട്ടിപ്പോൾ, കാലത്ത് തന്നെ വീണ്ടും വാശി തുടങ്ങിയിരിക്കുന്നു.

സഹദേവൻ ഒച്ചയെടുത്തു. "നിന്നോട് തിന്നാനല്ലേ പറഞ്ഞത്, അതോ തല്ല് വേണമോ?"

പേടിച്ചു പോയിട്ടുണ്ടാവണം. അവൾ വാരി വലിച്ച് തിന്ന് തുടങ്ങി. അപ്പോഴേക്കും സുലോചനയുടെ മുഖം ഇരുണ്ടു തുടങ്ങി. അതങ്ങനെ യാണ്. മകളെ വഴക്ക് പറയുന്നത് സുലോചനയ്ക്ക് ഇഷ്ടമല്ല. നല്ല വാക്കു കൾ പറഞ്ഞ് ഉപദേശിച്ച് നന്നാക്കണമെന്നാണ് അവളുടെ വാദം.

ഉമ്മറത്ത് നിന്ന് അച്ഛൻ വിളിച്ചു ചോദിക്കുന്നത് കേട്ടു. "അവൻ ഭക്ഷണം കഴിച്ച് തീർന്നില്ലെ? തീർന്നെങ്കിൽ ഇങ്ങോട്ടൊന്ന് വരാൻ പറയ്."

ഉമ്മറത്തെ ചാരുകസേരയിൽ കിടക്കുകയാണ് അച്ഛൻ. ചൂട് കാര ണമായിരിക്കാം, ഷർട്ട് ധരിച്ചിട്ടില്ല. തോളിൽ ഒരു തോർത്ത് മുണ്ട് ഇട്ടിട്ടുണ്ട്.

"നിനക്ക് മൂന്നാഴ്ച മാത്രേ ലീവുള്ളൂ എന്ന് നിന്റമ്മ പറഞ്ഞല്ലോ."

"എനിക്ക് ലീവില്ലാഞ്ഞിട്ടല്ല. മോൾടെ സ്കൂൾ മൂന്നാഴ്ചകൊണ്ട് തുറക്കും. അപ്പോഴേക്കും തിരിച്ച് ചെല്ലണം."

തോളിൽനിന്ന് തോർത്ത് മുണ്ടെടുത്ത് നെഞ്ചിലെ നരച്ച രോമ ങ്ങൾക്കിടയിലുള്ള വിയർപ്പുകണങ്ങൾ ഒപ്പിയെടുത്തു അച്ഛൻ. "എന്തൊരു ചൂട്, രാവിലെ തന്നെ."

അച്ഛൻ മറ്റെന്തോ പറയാൻ വേണ്ടി തയ്യാറെടുക്കുകയാണെന്ന് സഹ ദേവന് തോന്നി. അല്ലാതെ ചൂടിനെപ്പറ്റി മാത്രമായി സംസാരിക്കാൻ തന്നെ ഉമ്മറത്തേക്ക് വിളിച്ച് വരുത്തേണ്ടതില്ല.

"അച്ഛൻ വിളിച്ച കാര്യം പറഞ്ഞില്ല."

"ഞാൻ നിന്റെ ഇളയവനെപ്പറ്റി ഓർക്കുകയായിരുന്നു. അവനെന്തേ ഇങ്ങനെയായിപ്പോയത്?"

"രഘുവിന് എന്ത്പറ്റി? നാട്ടിൽ വരുന്ന വിവരത്തിന് അവന് മെയി ലയച്ചിരുന്നു. എന്നിട്ട്, അവനെ ഇവിടെ കണ്ടില്ലല്ലോ."

"ഇവിടെ വരുന്നത് പോയിട്ട്, അവൻ ഒന്നു ഫോൺ ചെയ്യാറുപോ ലുമില്ല. ടൗണിൽ താമസമായതിൽപ്പിന്നെ അച്ഛനും അമ്മയും അവന് അന്യരായി."

സഹദേവന് ഉള്ള് നൊന്തു. അച്ഛനെ മുമ്പൊരിക്കലും ഇങ്ങനെ കണ്ടിട്ടില്ല. ഇത്രയും പരിക്ഷീണിതനായി. ഒരിക്കലും ആരോടും പരാതി പറയുന്നതും കേട്ടിട്ടില്ല. കല്പിക്കാനല്ലെ അച്ഛന് അറിയാവൂ?

എന്നും തലയെടുപ്പോടെ നിന്നിട്ടുള്ള മനുഷ്യനാണ്. ഒരു തരത്തി ലുള്ള അഹങ്കാരി എന്നു തന്നെ വേണം പറയാൻ.

ചിലപ്പോൾ പ്രായം അച്ഛനേയും കീഴ്പ്പെടുത്തി തുടങ്ങിയിട്ടുണ്ടാ വണം. എഴുപതിനോട് അടുത്ത് വരും പ്രായം.

"ജോലിത്തിരക്ക് കാരണമാവും അവന് വരാൻ പറ്റാത്തത്. അല്ലാതെ അച്ഛനും അമ്മയുമായി അവന് എന്ത് വിരോധം?"

അച്ഛൻ ഒന്ന് ശങ്കിച്ചു നിന്നു.

"വിരോധമുണ്ടാകാൻ ഒരു കാരണമുണ്ട്. ഞാനത് നിന്നെ അവി ടേക്ക് അറിയിച്ചില്ലെന്നേയുള്ളൂ."

സഹദേവന് എന്തോ ആപത്ത് മണത്ത് തുടങ്ങി. നെഞ്ചിടിപ്പ് അട ക്കിപ്പിടിച്ച് അച്ഛന്റെ അരികിലേക്ക് കുറച്ച് കൂടി നീങ്ങിനിന്നു സ്വരം താഴ്ത്തി ചോദിച്ചു. "എന്താ അച്ഛാ, സീരിയസായിട്ടുള്ളത് വല്ലതു മാണോ?"

അച്ഛന്റെ ഒച്ചയിടറി. "നിന്നോട് ഞാനെങ്ങനെയാ അത് പറയ്കാ. എന്നാലൊട്ട് പറയാതിരിക്കാനും വയ്യ."

"ഞാനെന്താ അന്യനാണോ, അച്ഛന്റെ മൂത്ത മകനല്ലെ?"

"അതുകൊണ്ടല്ല, പറയാൻതന്നെ നാണമായിപ്പോകുന്നു. രഘുവിന് വേറെ പെണ്ണുണ്ടത്രെ. മിക്ക രാത്രികളിലും അവളുടെ കൂടെയാണ് പോലും."

അറിയാതെ സഹദേവൻ ഒച്ചവെച്ചുപോയി. "ആരാണീ അനാവശ്യം പറഞ്ഞത്?"

"അവന്റെ ഭാര്യ തന്നെയാ ഇവിടെ വന്ന് കരഞ്ഞു പറഞ്ഞത്. ഞാൻ സ്വകാര്യമായി അന്വേഷിച്ച് നോക്കിയപ്പൊ കാര്യം ശരിയാ. മറ്റ് ചില ദുഃശീലങ്ങളുമുണ്ട്."

സ്വന്തം അച്ഛനാണു പറയുന്നതെങ്കിലും വിശ്വാസം വന്നതേയില്ല. തന്റെ ചൂണ്ടു വിരലും പിടിച്ചു നടന്ന് വളർന്നുവന്ന അനിയൻ ചെക്കൻ. പഠിത്തത്തിലും കളിയിലും ഒന്നാമൻ-

നല്ലൊരു ജോലിയുണ്ട്. ഇഷ്ടപ്പെട്ട പെണ്ണിനെ തന്നെ കല്യാണവും കഴിച്ചു. ഒരു ഓമന മകളുമുണ്ട്. പിന്നെ, ഇത് എന്തിന്റെ കേടാണ് അവന്?

"ഞാൻ ചെന്ന് ഉപദേശിച്ചത് അവന് ഇഷ്ടമായില്ല. അവൻ അവന്റെ ആപ്പീസിൽനിന്ന് എന്നെ ആട്ടിയിറക്കിയില്ല എന്നേയുള്ളൂ."

"അച്ഛൻ വിഷമിക്കേണ്ട, ഞാനവനുമായി സംസാരിച്ചോളാം."

"അവന്റെ ഭാര്യയുടെ കോലം ഒന്നു കാണണം. ഉരുകി തീരാറായി രിക്കുന്നു ആ പാവം പെണ്ണ്."

"പിന്നെ അത് അങ്ങനെയല്ലെ വരൂ."

"അവളുടെ അച്ഛൻ ഒരു ദിവസം ഇവിടെ വന്ന് കുറേ ബഹളമുണ്ടാ ക്കി. നിനക്കറിയോ, എന്റെ മുമ്പാകെ നേരാംവണ്ണം നിവർന്ന് നില്ക്കാൻ ധൈര്യപ്പെടാത്ത മനുഷ്യനാണ്."

കുറേ നേരത്തേക്ക് അച്ഛൻ ഒന്നും മിണ്ടിയില്ല. എന്തോ ആലോചി ച്ചുകൊണ്ടിരുന്നു.

"ഞാനായിട്ട് ഒരു പരിഹാര മാർഗ്ഗമേ കാണുന്നുള്ളൂ." അച്ഛൻ വീണ്ടും പറഞ്ഞു തുടങ്ങി.

"അവനെ നീ അങ്ങോട്ടേക്ക് വലിക്ക്. എന്തെങ്കിലും ചെറിയ ജോലി യായാലും മതി. ഇവിടത്തെ ചീത്ത കൂട്ടുകെട്ടിൽ നിന്ന് മാറി നിന്നാൽ തന്നെ സ്വഭാവം നന്നായിക്കൊള്ളും."

നല്ല കാര്യമായി. അവിടെ ഇപ്പോൾ തന്റെ കാര്യം തന്നെ പരുങ്ങലി ലാണ്. സാമ്പത്തിക മാന്ദ്യം കാരണം കമ്പനി ശമ്പളം കുത്തനെ വെട്ടി

ക്കുറച്ചു. ആനുകൂല്യങ്ങൾ പലതും റദ്ദാക്കുകയും ചെയ്തു.

ജോലി വേണ്ടെന്ന് വെച്ച് തിരികെ പോരുകയാണ് വേണ്ടത്. പക്ഷേ, അതെങ്ങനെ? നാട്ടിൽ വന്നിട്ട് എങ്ങനെ ജീവിക്കാനാണ്? വല്ല ബിസി നസും ചെയ്യാമെന്നു വെച്ചാൽ അതിന് തക്കവണ്ണം സമ്പാദ്യമൊന്നും കൈയിലില്ല. ഈ മധ്യവയസ്സിൽ ഒരു ജോലി കിട്ടുക എന്നതും നടപ്പില്ല. അതുകൊണ്ട് പുതുക്കിയ ശമ്പള വ്യവസ്ഥയിൽ പരാതിയില്ലാതെ ഒപ്പ് ചാർത്തി ഉള്ള ജോലിയിൽ തന്നെ കടിച്ചു തൂങ്ങി നില്ക്കുകയായിരുന്നു.

അവിടെ എല്ലാവരും പൊന്ന് വാരുന്നു എന്നാണ് നാട്ടുകാരുടെ ധാര ണ. സത്യം അവിടെയുള്ളവർക്കല്ലേ അറിയാവൂ. ഓരോരുത്തരും ഓരോ ഓരോ പ്രശ്നങ്ങളിൽ കുടുങ്ങി നട്ടം തിരിയുകയായിരിക്കും. അത് പുറത്ത് കാണിച്ചെന്ന് വരില്ല. നമ്മൾ കാണുന്നത് വേറൊരു മുഖം.

ചെയ്യാൻ സാധിക്കാത്ത കാര്യമാണെന്ന് ബോദ്ധ്യമുണ്ടെങ്കിലും തല്ക്കാലത്തേക്ക് ഒരാശ്വാസമായി കൊള്ളട്ടെ എന്ന് കരുതി സഹദേ വൻ വാക്ക് കൊടുത്തു. "ശരി, ഞാനവിടെ ചെന്ന് അവനെ അങ്ങോട്ട് വിളിപ്പിച്ചോളാം."

അച്ഛൻ ഓർക്കാപ്പുറത്ത് സഹദേവന്റെ കൈ സ്വന്തം കൈകളിൽ കവർന്നെടുത്ത് വിങ്ങിപ്പൊട്ടി.

"നീ പറയ്, നിങ്ങളെ രണ്ടാളെയും വളർത്തുന്നതിൽ അച്ഛനും അമ്മയും എന്തെങ്കിലും കുറവ് വരുത്തിയിട്ടുണ്ടോ? അതുകൊണ്ടാണോ നിന്റനിയൻ ഇങ്ങനെയായിപ്പോയത്?"

അച്ഛന്റെ കൈപ്പടം മൃദുവായി അമർത്തിപ്പിടിച്ച് സഹദേവനും വിങ്ങി. "അങ്ങനെയൊന്നും അച്ഛൻ ചിന്തിക്കരുത്. ഞങ്ങളെ മാത്രമല്ല, പഠിപ്പിച്ച എല്ലാവരെയും നേർവഴിക്ക് നയിച്ച ആളാ അച്ഛൻ. അതെനിക്ക് നല്ല ഉറപ്പുണ്ട്."

3

"നിങ്ങള് മാത്രമെന്താ ഒരുങ്ങുന്നത്? ഞാനും മോളും ഒരു ങ്ങണ്ടെ?"

പിറകിൽ നിന്നാണ്. സുലോചന. സഹദേവൻ തിരിഞ്ഞു നോക്കി. "എനിക്ക് ടൗണിൽ പോയിട്ട് ഒരു കാര്യമുണ്ട്. തിരികെ വന്നിട്ട് നമുക്ക് പോകാം."

"എന്താ ഇത്ര അർജന്റായി ടൗണിൽ?"

ഒരു നിമിഷം ആലോചിച്ച് നിന്നു. ഇപ്പോൾ പറയണമോ? എപ്പോ ഴായാലും അത് പറയാതെ വയ്യ. അതിപ്പോൾ വേണ്ട. വെറുതെ എന്തിന് അവളുടെ സ്വസ്ഥതയും കളയണം?

സുലോചന പരാതി തുടങ്ങി.

"കാലത്ത് തന്നെ വീട്ടിൽ എത്തുമെന്ന് ഞാൻ പറഞ്ഞതാ. നിങ്ങൾക്ക് നിങ്ങളുടെ അച്ഛനും അമ്മയും പോലെ തന്നെയല്ലേ എനിക്ക് എന്റെ മാതാപിതാക്കളും?"

"നീ വെറുതെ അതുമിതും വിളിച്ചു കൂവേണ്ട. ഇത് അത്രയും അർജന്റായ കാര്യമായതുകൊണ്ടാണ് ഇപ്പോൾ തന്നെ പോകുന്നത്."

താൻ രഘുവിനെ കാണാനാണ് പോകുന്നതെന്ന് അമ്മ ഊഹിച്ചിട്ടുണ്ടാവണം. ഇങ്ങോട്ട് ഒന്നും ചോദിക്കാതെ ഉച്ചയൂണിന്റെ ഒരുക്കങ്ങളിൽ മുഴുകി നിന്നു, അമ്മ. പാവം, അവർ അച്ഛനേക്കാളും എത്രയോ ഇരട്ടി വേദനിക്കുന്നുണ്ടാവണം. എന്നിട്ടും, മുഖത്ത് ചിരിയുമായാണ് നടക്കുന്നത്.

പെട്ടെന്ന് സഹദേവന് തോന്നി. ഈ വയസ്സുകാലത്ത് ഒറ്റയ്ക്ക് എങ്ങനെയാണ് വീട്ടിലുള്ള ജോലി മുഴുവനും അമ്മ ചെയ്തു തീർക്കുന്നത്, സഹായത്തിന് ആരുമില്ലാതെ?

"ഞാനെത്രവട്ടം പറഞ്ഞതാ, അമ്മേ. ആരെയെങ്കിലും പണിക്ക് വെക്കാൻ. ഇങ്ങനെ ഒറ്റയ്ക്ക് കഷ്ടപ്പെടണോ?" സഹദേവൻ ചോദിച്ചു.

"അതിന് ആരെയെങ്കിലും കിട്ടിയിട്ടു വേണ്ടേ? കിട്ടിയാ തന്നെ എടുത്താ പൊന്താത്ത ശമ്പളം. അത് കൊടുക്കാമെന്ന് വെച്ചാലോ ഒരു മാസം തികച്ചും നിന്നെന്നും വരില്ല."

അപ്പോൾ അടുക്കളയിലേക്ക് കടന്നു വന്ന അച്ഛൻ കൂട്ടിച്ചേർത്തു. "ഇനിയിപ്പൊ വല്ല ആസാമീന്നോ ജാർഖണ്ഡിൽ നിന്നോ ഉള്ള സ്ത്രീകളെ കൊണ്ടുവന്നു പണിക്ക് വെക്കേണ്ടി വരും. പുറംപണിക്കൊക്കെ ഇപ്പോ ആ നാടുകളിലുള്ള ആണുങ്ങളല്ലെ നാടു മുഴുവനുമുള്ളത്?"

പുറത്ത്, മുറ്റത്തും തൊടിയിലുമായി വെയിൽ കത്തിക്കാളുന്നു. ഗെയിറ്റിനപ്പുറം റോഡ് ചുട്ടു പഴുത്ത് ആവി ഉയരുന്നു. തീക്കനൽ കോരിയിടുന്നത് കണക്കെയാണ് കാറ്റ് വന്നു മുഖത്ത് വന്നടിക്കുമ്പോൾ തോന്നിപ്പോകുന്നത്.

ടാക്സി വിളിപ്പിക്കാമെന്ന് അച്ഛൻ പറഞ്ഞപ്പോൾ അത് സമ്മതിക്കണമായിരുന്നു. റോഡിലൂടെ കടന്നു പോകുന്ന ഒരൊറ്റ ഓട്ടോയും നിർത്തുന്നില്ല.

കുറച്ചപ്പുറത്ത് ബസ് സ്റ്റോപ്പുണ്ടല്ലോ. അവിടം വരെ ചെന്ന് ബസിൽ കയറിപ്പറ്റാമോ എന്നു നോക്കാമെന്ന് കരുതി നടന്നു തുടങ്ങിയതും മുമ്പിൽ ഒരു ഓട്ടോ വന്ന് നിന്നു.

ഓട്ടോ ഡ്രൈവറെ പരിചയമില്ല. പക്ഷേ, തന്നെ അയാൾക്ക് അറിയാം. ഓട്ടോയിൽനിന്ന് പുറത്തേക്ക് തല നീട്ടി ഡ്രൈവർ ചോദിച്ചു. "എപ്പഴാ എത്തിയത്? എവിടെയെങ്കിലും പോകാനാണെങ്കിൽ കയറി ഇരുന്നോ."

ആശ്വാസമായി. ഓട്ടോ നീങ്ങിക്കൊണ്ടിരിക്കേ ഡ്രൈവർ സ്വയം പരിചയപ്പെടുത്തി. അച്ഛന്റെ പഴയ ശിഷ്യനാണ്. പണ്ട് നല്ലവണ്ണം അച്ഛന്റെ കൈയിൽനിന്ന് ചൂരൽ കഷായം ഏറ്റുവാങ്ങിയിട്ടുണ്ട്. അതിനു തക്ക വണ്ണം കുരുത്തക്കേടുമുണ്ടായിരുന്നു.

"സാറിന് കുട്ടികളെത്രയാ?" അയാൾ ചോദിച്ചു.

"ഒരു കുട്ടിയുണ്ട്."

"പെൺകുട്ടിയാണോ? എങ്കിൽ സാറ് സൂക്ഷിച്ചോളണം. മോളെ പുറ

ത്തൊന്നും തനിയെ വിടേണ്ട."

"അതെന്താ?" ചോദിച്ചുപോയി.

"സാറ് പത്രമൊന്നും വായിക്കാറില്ലെ? ദിവസോം പീഡനമല്ലെ നമ്മുടെ നാട്ടിൽ? ചെറുതോ വലുതോ എന്ന വ്യത്യാസമൊന്നുമില്ല, പെണ്ണായാൽ മതി."

അനിയൻ ഒഴിഞ്ഞു മാറി കളയേണ്ട എന്ന് കരുതിയാണ് ആദ്യമേ ഫോൺ വിളിച്ച് നോക്കാതിരുന്നത്. അത് അബദ്ധമായി. ഇത്രയും ബുദ്ധി മുട്ടി ടൗണിലേക്ക് വരുന്നത് ഒഴിവാക്കാമായിരുന്നു. രഘു ഓഫീസിലില്ല. ഒരാഴ്ചത്തെ അവധിയിലാണ്.

ഫോൺ ചെയ്തുനോക്കി. ഫോൺ എടുക്കുന്നില്ല. ഒരു മെസേജ് അയച്ചു. ഞാൻ ടൗണിലുണ്ട്. നിന്നെ കാണാൻ മാത്രമായി വന്നതാണ്. നീ എവിടെയാണുള്ളത്?

ഏറെ നേരം കഴിഞ്ഞിട്ടും അവന്റെ മറുപടി വന്നില്ല.

4

തിരികെ വീട്ടിലെത്തിയപ്പോൾ നേരം സന്ധ്യയായി. ഇത്ര നേരവും അനിയന്റെ ഫ്ളാറ്റിൽ അവൻ വരുന്നുണ്ടെങ്കിൽ കാണാമെന്നുവെച്ച് കാത്തിരിക്കുകയായിരുന്നു.

അവൻ വന്നില്ല. അവന്റെ ഭാര്യയുടെ സങ്കടം കണ്ട് നില്ക്കേണ്ടി വന്നത് മാത്രം മിച്ചം.

ആദ്യം മല്ലിക ഒന്നും തുറന്നു സംസാരിച്ചില്ല. എല്ലാ കാര്യങ്ങളും അറിഞ്ഞു തന്നെയാണ് വന്നിരിക്കുന്നതെന്ന സൂചന നല്കിയപ്പോൾ അവൾ പിന്നെ മടിച്ചു നിന്നില്ല. എല്ലാം കേട്ട് കഴിഞ്ഞപ്പോൾ ആകെ തളർന്നു പോയി. എങ്ങനെ എന്റെ അനിയൻ ഈവിധമായിപ്പോയി?

കോളേജിൽ പഠിക്കുന്ന കാലത്തോ അതിനു ശേഷമോ ഒരു ദുഃശീലവും അവന് ഉണ്ടായിരുന്നില്ല. ആരെക്കൊണ്ടും ഒരു കാര്യത്തിലും ഒരു ദോഷവും പറയിച്ചിട്ടുമില്ല. പിന്നെ എവിടെ വെച്ചാണ് രഘുവിന് വഴി തെറ്റിയത്?

ആ പെണ്ണ് ഒന്നിച്ച് ജോലി ചെയ്യുന്നവളാണത്രെ. അവൾക്കെന്താണ് ഭാര്യയും കുട്ടിയുമുള്ള ആളെ അല്ലാതെ വേറെ ചെറുപ്പക്കാർ ആരെയും കിട്ടിയില്ലേ?

ചിലപ്പോൾ രഘു ദേഹോപദ്രവം പോലും ചെയ്യുമത്രെ. മകളെ ഒന്നു തിരിഞ്ഞു നോക്കാറുപോലുമില്ല. രാത്രിയിൽ ഇഷ്ടമുള്ള നേരത്ത് വല്ല പ്പോഴും വന്നെന്ന് വരും. എന്തെങ്കിലും സ്വയം എടുത്ത് കഴിച്ച് സുഖ മായി കിടന്നുറങ്ങും.

സംസാരിച്ചുകൊണ്ടിരിക്കെ മല്ലികയുടെ അച്ഛൻ കയറി വന്നു. തന്റെ അച്ഛനെപ്പോലെ റിട്ടയർ ചെയ്ത മാഷ് തന്നെ അദ്ദേഹവും. ഒതുങ്ങിയ പ്രകൃതമാണ്, അച്ഛനെപ്പോലെയല്ല.

പക്ഷേ, പറഞ്ഞു തുടങ്ങിയപ്പോൾ അദ്ദേഹത്തിനുപോലും ദേഷ്യം വന്നു തുടങ്ങി. അല്ലെങ്കിൽ, ഒരൊറ്റ മകളുടെ സ്ഥിതി ഇതായാൽ ഏത് അച്ഛനാണ് ശാന്തനായി ഇരിക്കാനാവുക?

അദ്ദേഹത്തെ സമാധാനിപ്പിക്കാൻ ശ്രമിച്ചു: "നമ്മൾ എടുത്ത് ചാടി ഒന്നും ചെയ്യരുതെന്നാണ് എനിക്ക് പറയാനുള്ളത്. ഒരു കുട്ടിയുള്ളതല്ലേ, അതിന്റെ ഭാവിയെപ്പറ്റി ഓർക്കണ്ടേ?"

"അതെനിക്കും അറിയാം. അതാ ഇത്ര കാലവും ക്ഷമിച്ചത്. ഇനിയും എന്റെ മോളുടെ കണ്ണീർ കാണാൻ എനിക്ക് വയ്യ."

ഒടുവിൽ, ഒരാഴ്ചത്തെ സമയവും വാങ്ങിയാണ് അവിടെ നിന്നിറങ്ങിയത്. ഒരു പ്രതീക്ഷയുമില്ല. എന്നാലും, വാക്ക് കൊടുക്കേണ്ടി വന്നു. വിളിച്ചാൽ ഫോൺ എടുക്കുകപോലും ചെയ്യാത്ത ഒരുവനെ എങ്ങനെയാണ് ഉപദേശിച്ച് നന്നാക്കിയെടുക്കുക?

കയറി ചെന്നപ്പോഴുള്ള തന്റെ മുഖഭാവം കണ്ടിട്ടാവണം, അച്ഛൻ ഒന്നും ചോദിച്ചില്ല. സുലോചന ഇതിനകം അമ്മയിൽ നിന്നോ മറ്റോ കാര്യങ്ങൾ അറിഞ്ഞിരിക്കണം. വൈകി തിരിച്ചെത്തിയതിൽ പരാതിയൊന്നും പറഞ്ഞില്ല.

സഹദേവൻ വിയർത്ത് നാറുന്ന വസ്ത്രങ്ങൾ ഊരിയെറിഞ്ഞ് ബാത്ത്റൂമിലേക്ക് കയറി ഷവറിനു കീഴെ നിന്നു. ഷവറിൽനിന്ന് വെള്ളം വീണു തുടങ്ങിയപ്പോൾ ശരിക്കും മുകളിലോട്ട് ചാടിപ്പോയി. പതച്ചവെള്ളമാണ് ഷവറിൽ നിന്നു വരുന്നത്.

പകൽ മുഴുവനും ചുട്ടു പഴുത്ത വാട്ടർ ടാങ്കും പൈപ്പ് ലൈനുകളും. നേരം ഇത്രയായിട്ടും തണുത്തിട്ടില്ല. ഇത് അവിടുത്തെപ്പോലെ തന്നെ, ആ മരുഭൂമിയിലേതുപോലെ. ചുട്ടു പഴുക്കുകയാണ് എല്ലാം.

മനസ്സും.

ഒന്നു നടുനിവർന്ന് കിടക്കണമെന്നുണ്ട് സഹദേവന്. ആകെ തളർന്നു പോയിരിക്കുന്നു. ശരീരത്തേക്കാൾ തളർച്ച മനസ്സിനാണ്.

അച്ഛൻ എല്ലാം ശ്രദ്ധിച്ച് കേട്ടതല്ലാതെ മറുപടി ഒന്നും പറഞ്ഞില്ല. ഒരു ദീർഘനിശ്വാസത്തോടെ ഉമ്മറത്തെ ചാരുകസേരയിലേക്ക് തന്നെ മടങ്ങി അവിടെ കൂനിക്കൂടി ഇരുന്നു. അമ്മ വിതുമ്പിക്കൊണ്ടിരുന്നു. സുലോചനയുടെ മുഖത്തും സങ്കടമുണ്ട്.

മകൾ ഒന്നും മനസ്സിലാവാതെ സഹദേവന്റെ കൈപിടിച്ച് വലിച്ചു. "എന്താ അച്ഛാ? വാട്ട് ഹാപ്പൻ്റ്?"

സഹദേവൻ ദേഷ്യത്തോടെ സ്വന്തം കൈ കുടഞ്ഞ് അവളുടെ കൈ തട്ടിത്തെറിപ്പിച്ചു. "നത്തിങ്. വലിയവരുടെ കാര്യമാ ഇത്. യു ഗോ, ആന്റ് പ്ലേ."

"വിത്ത് ഹൂം?" മകൾ കെറുവിച്ചു.

ശരിയാണ്. കുട്ടികളായി വേറെ ആരുമില്ലല്ലോ, ഈ വീട്ടിൽ അവളുടെ കൂടെ കളിക്കാൻ.

"ഓക്കെ, എന്നാൽ മോള് പോയി ടി വി കണ്ടോളൂ."

"അതിന് കറണ്ട് ഉണ്ടായിട്ടു വേണ്ടേ?" മകൾ തിരിച്ചടിച്ചു.

5

ഈ വൈകിയ നേരത്ത് വേണ്ട, നാളെ അവളുടെ വീട്ടിലേക്ക് പോകാമെന്ന് സുലോചന പറഞ്ഞു. ഫോൺ ചെയ്ത് എന്തെങ്കിലും കാരണം പറഞ്ഞു കൊള്ളാം, ഇന്നു പോകാതിരുന്നതിന്.

അത് വേണ്ടെന്ന് സഹദേവൻ വിലക്കി. അത്ര ദൂരമൊന്നുമില്ലല്ലോ. ഇപ്പോൾത്തന്നെ പോകാം. ഇന്ന് അവിടെ തങ്ങി കാലത്ത് തിരികെ വരാം. വന്നിട്ട് അനിയനെ അന്വേഷിച്ച് ഇറങ്ങണമല്ലോ.

സുലോചനയ്ക്ക് സന്തോഷമായി. മകൾക്കാണ് ഏറെ സന്തോഷം. അവൾക്ക് അവിടെ പൂർണ്ണ സ്വാതന്ത്ര്യമാണ്. മുത്തശ്ശിയും മുത്തച്ഛനും അവളുടെ ഏത് വാശിക്കും വഴങ്ങിക്കൊടുക്കും, അവൾ കൊച്ചുകുട്ടിയ ല്ലെ, സാരമില്ല എന്ന ഒഴിവോടെ. ഇവിടെ അച്ഛമ്മയെ ഇഷ്ടമാണെങ്കിലും മാഷിനെ പേടിയാണ്. അച്ഛച്ഛനെ രഹസ്യമായി അവൾ മാഷെന്നാണ് പറയുക.

ടാക്സി ഡ്രൈവർ യാത്രയിലുടനീളം വാതോരാതെ സംസാരിച്ചു കൊണ്ടിരുന്നു. എല്ലാ വിഷയവും അയാൾക്ക് വഴങ്ങും. പെട്ടെന്ന് അയാ ളുടെ വക ഒരു ചോദ്യം.

"നിങ്ങൾ വന്നിരിക്കുന്നത് ലീവിലല്ലെ, തിരിച്ചുപോകാൻ പ്രശ്നമൊ ന്നുമില്ലല്ലൊ?"

ദേഷ്യം വന്നെങ്കിലും സഹദേവൻ അതടക്കിപ്പിടിച്ചു.

"അതല്ല, കുറെക്കാലമായി അവിടുന്നു വരുന്നവരിൽ മിക്കവരും ക്യാൻസലടിച്ച് വരുന്നവരാ. നമ്മള് ടാക്സിക്കാർക്കല്ലെ അതേറ്റവും നന്നായി അറിയാവുന്നത്. മടങ്ങിപ്പോക്കില്ലാത്തവരുടെ മുഖം കണ്ടാല റിയാം, ആകെ ചുക്കിച്ചുളിഞ്ഞ്–"

സഹദേവന് അയാളുടെ മുഖത്തു തന്നെ ഒരടിവെച്ചു കൊടുക്കണ മെന്ന് തോന്നിപ്പോയി. നന്ദികെട്ട നായ. ഇവനൊക്കെ ഇവിടെ മര്യാദയ്ക്ക് കഞ്ഞി കുടിച്ച് കിടക്കുന്നത് അവിടെനിന്ന് പൈസ ഒഴുകുന്നതുകൊണ്ടും കുടിയാണ്. അത് നിലച്ചാൽ അറിയാം വിവരം.

ഡ്രൈവർ പിന്നേയും വായിട്ടലച്ചുകൊണ്ടിരുന്നു. ശ്രദ്ധിച്ചില്ല. അല്ലെ ങ്കിൽ തന്നെ ആകെ ഭ്രാന്തെടുത്ത മട്ടിലാണ് താനുള്ളത്. അതിനിടയിൽ ഇയാളെപ്പോലുള്ളവരോടും കൂടി സംസാരിക്കാൻ നിന്നാൽ അസ്വസ്ഥത കൂടുകയേയുള്ളൂ.

മൂന്നു വർഷം തുടർച്ചയായി ജോലി ചെയ്തതിനു ശേഷമുള്ളതാണ് ഈ അവധിദിനങ്ങൾ. മുമ്പൊക്കെ എല്ലാവർഷവും നാട്ടിൽ വരുമായിരു ന്നു. കമ്പനി വക വിമാന ടിക്കറ്റുണ്ടായിരുന്നു അക്കാലത്ത്. മറ്റു ആനു കൂല്യങ്ങൾ റദ്ദാക്കപ്പെട്ടപ്പോൾ അതും പോയി. അതോടെ നാട്ടിലേക്കുള്ള വരവും നീണ്ടു.

ഇപ്പോൾ നാട്ടിൽ എത്തിയിട്ടോ? ഒരു സ്വസ്ഥതയുമില്ല. ഓരോരോ പ്രശ്നങ്ങളല്ലെ? കേൾക്കുന്ന കാര്യങ്ങൾ മുഴുവനും മനസ്സിനെ പിടിച്ചു

ലയ്ക്കുന്നത്.

വൈകീട്ട് ചായ കുടിക്കാനിരുന്നപ്പോഴാണ് കിട്ടേട്ടന്റെ മകളുടെ കാര്യം അമ്മ പറയുന്നത്. കൃഷ്ണേട്ടൻ എന്ന് എല്ലാവരും വിളിക്കുന്ന ആ മനുഷ്യൻ ഞങ്ങൾ എല്ലാവർക്കും കിട്ടേട്ടനാണ്. അത്രയ്ക്കും അടുപ്പം. അച്ഛന്റെ ഒരാശ്രിതനാണെങ്കിലും വീട്ടിലെ ഒരംഗം പോലെതന്നെ.

കഴിവില്ലെങ്കിലും മകളുടെ നിർബ്ബന്ധത്തിന് വഴങ്ങിയാണ് അവളെ കോളേജിൽ പഠിക്കാനയച്ചത്. അത് വിനയായി. അവൾ ആരോടോ പ്രണയത്തിലായി. അവന്റെ കൂടെ ഒളിച്ചോടുകയും ചെയ്തു.

എവിടെ പോയെന്ന് ഒരു ഊഹവുമില്ല. ആരുടെ കൂടെയാണ് പോയതെന്നും. തിരയാത്ത ഇടങ്ങളില്ല. പൊലീസിലും പരാതി കൊടുത്തു. പൊലീസുകാർക്ക് തമാശ. ഇതൊക്കെയല്ലേ നമ്മുടെ നാട്ടിലെ ഇപ്പോഴത്തെ ഫാഷൻ! പോയതുപോലെ മകൾ തിരിച്ചു വരും. അല്ലാതെ വേറെന്ത് ഗതി!

മനസ്സിൽ തീയുമായി ആ അച്ഛനും അമ്മയും ദിനരാത്രങ്ങൾ തള്ളി നീക്കുകയായിരുന്നു. ഒടുവിൽ, ഒരു അർദ്ധരാത്രിയിൽ വാതില്ക്കൽ മുട്ട് കേൾക്കുന്നു. വാതിൽ തുറന്നപ്പോൾ, അവിടെ മകൾ, ആകെ ചവുട്ടിക്കു ഴച്ച മട്ടിൽ, അവശയായി. അവളെ വീട്ടിന്റെ മുറ്റത്തേക്ക് വലിച്ചെറിഞ്ഞ കാറ് ഇരുട്ടിലേക്ക് പാഞ്ഞുപോയി.

പത്രങ്ങളിൽ നിത്യവും വരുന്ന വാർത്തകളിൽ മറ്റൊന്ന് കൂടി. എത്ര പേരെന്ന് അവൾക്കറിയില്ല. എത്ര തവണയെന്നും.

സുലോചന തട്ടി വിളിക്കുന്നു. "ഇതെന്ത് ഇരുത്തം."

നോക്കുമ്പോൾ കാറ് സുലോചനയുടെ വീട്ടിന്റെ മുമ്പിൽ ചെന്നെത്തിയിരുന്നു.

പരാതിയോടെയാണ് സുലോചനയുടെ അമ്മ എതിരേറ്റത്.

"ഇന്നലെ രാത്രി എത്തിയിട്ട് ഇന്ന് ഈ നേരത്താ വരുന്നെ? കാത്തി രുന്ന് ഒരു പരുവത്തിലായി."

അച്ഛനും പറഞ്ഞു. "നിങ്ങൾ ഇന്ന് വന്നില്ലായിരുന്നെങ്കിൽ കാലത്ത് തന്നെ നമ്മൾ രണ്ടാളും അവിടെ എത്തിയേനെ."

രാത്രി ഉറങ്ങുന്നതിനു മുമ്പ് മുറ്റത്ത് കസേരയിട്ട് കാറ്റുകൊള്ളാനി രുന്നു, സഹദേവൻ. ഇവിടെ, തൊടിയിൽ കുറച്ച് വൃക്ഷങ്ങളൊക്കെയു ണ്ട്. അതുകൊണ്ടാവണം, നേരിയ കാറ്റോട്ടവുമുണ്ട്.

എന്നാലും, ചൂടിന് ഒരു കുറവുമില്ല.

സുലോചന വന്ന് അരികെ ഇരുന്നു. കുറേനേരം കഴിഞ്ഞപ്പോൾ അവളുടെ അച്ഛനും വന്നു.

ആദ്യമൊക്കെ അച്ഛൻ നാട്ടുവർത്തമാനങ്ങൾ പറഞ്ഞുകൊണ്ടിരുന്നു. ഓർക്കാപ്പുറത്ത് അദ്ദേഹം സംസാരത്തിന്റെ ഗതി മാറ്റി. "ഇങ്ങനെയായാ മതിയോ? എത്ര കാലമായ് വിദേശത്ത് കിടന്നു കഷ്ടപ്പെടുന്നത്? പറഞ്ഞു കേൾക്കുന്നത് ഇനി വലിയ ഭാവിയൊന്നും അവിടെയില്ലെന്നാ. അപ്പൊ പ്പിന്നെ തിരിച്ചു വരുമ്പോഴേയ്ക്ക് എന്തെങ്കിലും കരുതി വെക്കണ്ടെ?"

എല്ലാം തനിക്ക് അറിയാവുന്ന കാര്യം തന്നെ. എന്ത് ചെയ്യാനാണ്? കിട്ടുന്നത് മുഴുവനും അവിടെ തന്നെ ചെലവായിത്തീരുന്നു. ഇപ്പോൾ ശമ്പളം കുറവ്. പല മാസങ്ങളിലും രണ്ടറ്റവും കൂട്ടി മുട്ടിക്കാൻ ക്രെഡിറ്റ് കാർഡുകളുടെ സഹായമാണ് തേടാറ്. ഉരച്ച് ഉരച്ച് ക്രെഡിറ്റ് കാർഡു കൾ ആകമാനം തേഞ്ഞു തുടങ്ങിയിരിക്കുന്നു.

"ഒരു മോള് കൺമുമ്പിൽ വളർന്നു വരുന്ന കാര്യം രണ്ടു പേർക്കും ഓർമ്മയുണ്ടല്ലൊ?"

സഹദേവൻ മൗനം ഉപേക്ഷിച്ചു. "സ്ഥിതി അത്ര മെച്ചമൊന്നുമല്ല, അവിടെ. ആരോടും പറഞ്ഞില്ലെന്നേയുള്ളൂ. കുടുംബവുമായി ജീവിക്കുക എന്നുവെച്ചാൽ വലിയ പാടാ അവിടെ. ഫ്ളാറ്റിന്റെ വാടക, സ്കൂൾ ഫീസ്-"

മുഴുമിപ്പിക്കാൻ സമ്മതിച്ചില്ല, അച്ഛൻ.

"ടൗണിലാണ്. കണ്ണായ സ്ഥലത്തുള്ള പ്ലോട്ട്. നാല് ഷട്ടർ ഷോപ്പു മുണ്ട് പ്ലോട്ടിനകത്ത്. തിരിച്ചു വരുമ്പോൾ എന്തെങ്കിലും ഏർപ്പാട് തുട ങ്ങാം, ഇപ്പോൾ അത് വാങ്ങിയിടുകയാണെങ്കിൽ."

സഹദേവൻ നടുങ്ങി. ദൈവമേ, വലിയൊരു മുതൽ മുടക്ക് തന്നെ വേണ്ടി വരില്ലെ? അതിന് തക്കവണ്ണം തന്റെ കൈയിൽ എന്താണുള്ളത്?

അച്ഛൻ എഴുന്നേറ്റ് പോയപ്പോൾ സുലോചന പറഞ്ഞു: "അച്ഛൻ ഒരു വഴി പറഞ്ഞു തന്നിട്ടുണ്ട്. ഏട്ടന് ഇഷ്ടമാകുമോ എന്നറിയില്ല."

"എന്താ അത്? കേട്ട് കഴിഞ്ഞിട്ട് ഇഷ്ടമാകുമോ ഇല്ലയോ എന്ന് പറയാം-"

"ഏട്ടന്റെ അച്ഛനും അമ്മയ്ക്കും താമസിക്കാൻ ഇത്ര വലിയ വീടും പറമ്പും എന്തിനാ? അത് വിറ്റ് ഏട്ടന്റെ വീതം തരാൻ പറയ്."

"സ്റ്റോപ്പിറ്റ്." സഹദേവൻ അലറിപ്പോകുക തന്നെ ചെയ്തു.

"എങ്ങനെ നിനക്കിത് പറയാൻ കഴിഞ്ഞു? തലമുറകളായി കൈമാറി അച്ഛന്റെ കൈകളിലെത്തിയതാ ആ വീടും പറമ്പും. അത് വില്ക്കണ മെന്ന് പറയാൻ ഞാനാര്? എനിക്കെന്ത് അവകാശം?"

"ഇതാണ് ഏട്ടന്റെ ഒരു കുഴപ്പം. ഈ എടുത്തു ചാട്ടം. ഒരു സാദ്ധ്യത അച്ഛൻ സൂചിപ്പിച്ചെന്നേയുള്ളൂ. അതും നമ്മുടെ അടുത്ത് അത്ര ഫണ്ട് ഇല്ലെന്നു പറഞ്ഞപ്പോൾ."

സുലോചന എഴുന്നേറ്റ് അകത്തേക്കുപോയി.

സഹദേവൻ തൊടിയിൽ വൃക്ഷത്തലപ്പുകൾക്കിടയിൽ കനംതൂങ്ങി നില്ക്കുന്ന ഇരുട്ടിലേക്ക് നോട്ടമയച്ച് അതേ ഇരുത്തം തുടർന്നു. പെട്ടെന്ന് താൻ നന്നേ ചെറുതായിപ്പോയതായി അപ്പോൾ തോന്നിത്തുടങ്ങി.

6

പിറ്റേന്ന് കാലത്ത് വീട്ടിലേക്കുള്ള മടക്കയാത്രയിൽ അതുതന്നെ ചിന്തിച്ചുകൊണ്ടിരുന്നു. എന്ത് തീരുമാനം കൈക്കൊള്ളണം? സുലോച നയുടെ അച്ഛൻ തങ്ങളുടെ നന്മ മാത്രം വിചാരിച്ചാണ് ഇതിനൊക്കെ

ഇറങ്ങിത്തിരിച്ചിരിക്കുന്നത്.

എന്നുവെച്ച് സ്വപ്നത്തിൽ പോലും വിചാരിക്കാൻ പാടില്ലാത്ത കാര്യ മല്ലെ അത്? അഭിമാനിയായ അച്ഛൻ. പഞ്ചപ്പാവമായ അമ്മ. രഘുവിന്റെ കാര്യമോർത്ത് തീ തിന്നുകയാണ് രണ്ടുപേരും ഇപ്പോൾ. ആ തീയിൽ താനും എണ്ണ ഒഴിക്കണോ? അതും മൂത്ത മകനായ താൻ?

മറിച്ച് ചിന്തിക്കുമ്പോൾ സുലോചനയുടെ അച്ഛൻ പറയുന്നതിലും ന്യായമില്ലെ? എത്ര കാലമെന്ന് വെച്ചാണ് ആ മരുഭൂമിയിൽ ജീവിതം പൊലിച്ച് തീർക്കുക? വർഷങ്ങളായുള്ള പ്രവൃത്തി പരിചയമുണ്ടായിട്ടും കമ്പനി ശമ്പളം വെട്ടിക്കുറച്ചില്ലെ? ഇനി കുറച്ചു കൂടി കഴിഞ്ഞാൽ തന്നേ ക്കാൾ കുറഞ്ഞ ശമ്പളത്തിനു വേറെ ആളെ വെച്ച് തന്നോട് ഇറങ്ങി പ്പോകാൻ പറയുകയില്ലെന്ന് എന്താണ് ഉറപ്പ്?

അവിടത്തെ കാര്യങ്ങൾ നമ്മുടെ നാട്ടിലേത് പോലെയല്ല. ഒരു മാസത്തെ നോട്ടീസ്. ആ പീരേഡ് കഴിഞ്ഞാൽ പിരിഞ്ഞു പോയിക്കൊ ള്ളണം.

തനിക്ക് വയസ്സായി തുടങ്ങിയിരിക്കുന്നു. ചെറുപ്പക്കാരോട് ഇനിയും മത്സരിച്ച് നില്ക്കാനാവില്ല.

"എന്താ ആലോചിക്കുന്നത്?" സുലോചന ചോദിക്കുന്നു.

"നമുക്ക് ബേങ്കിലെ ഡിപ്പോസിറ്റ് പിൻവലിക്കാം. ഇപ്പോൾ സ്വർണ്ണ ത്തിനു നല്ല വിലയല്ലെ? നിന്റെ ആഭരണങ്ങൾ മുഴുവനും വില്ക്കാം."

"അതൊന്നും മതിയായെന്നു വരില്ല. എന്തായാലും ഒരു കാലത്ത് ഏട്ടനും കൂടി കിട്ടാനുള്ളത്. ആ വീതത്തിന് കുറച്ച് മുമ്പെ ചോദിക്കു ന്നുവെന്നല്ലേയുള്ളൂ."

ഇത്തവണ സഹദേവൻ ദേഷ്യപ്പെട്ടില്ല.

വീട്ടിലെത്തിയതും കിടപ്പുമുറിയിൽ കയറി വാതിലടച്ചു. അമ്മ വന്നു വിളിച്ചിട്ടും ഭക്ഷണം കഴിക്കാൻ പോയില്ല. തലവേദനയെന്നു പറഞ്ഞ് ഒഴിഞ്ഞുമാറി. എന്തോ കളവ് നടത്തിയതുപോലെ ഒരു തോന്നൽ. അത് അച്ഛനും അമ്മയും കണ്ടുപിടിക്കുമോ എന്നൊരു പേടി.

അധികം ആലോചിച്ച് നില്ക്കാൻ സമയമില്ലെന്നാണ് സുലോചന യുടെ അച്ഛൻ പറഞ്ഞത്. രണ്ടു ദിവസത്തിനകം പ്ലോട്ട് വേണോ അതോ വേണ്ടയോ എന്ന് മറുപടി കൊടുക്കണം.

പെട്ടെന്ന് ഓർമ്മ വന്നു.

മല്ലികയുടെ അച്ഛനും ഇങ്ങനെ ഒരു കാലാവധി പറഞ്ഞിട്ടുണ്ടല്ലൊ. ഒരാഴ്ചയ്ക്കുള്ളിൽ രഘുവിന്റെ കാര്യത്തിൽ ഒരു തീർപ്പുണ്ടാക്കണമെ ന്ന്.

സഹദേവൻ ഫോണെടുത്ത് അനിയന്റെ നമ്പറിലേക്ക് വിളിച്ച് നോക്കി. ഇത് എത്രാമത്തെ തവണയാണ് അവനെ വിളിക്കുന്നത് എന്ന തിന് ഒരു കണക്കുമില്ല. ഓരോ തവണയും നിരാശ മാത്രം. ഫോൺ എടുക്കുകയില്ല.

ഫോൺ പതിവുപോലെ റിങ് ചെയ്യുന്നുണ്ട്. നെഞ്ചിടിപ്പോടെ അതും

ശ്രദ്ധിച്ച് നിന്നു, ഫോൺ കട്ടാവുന്നതിനു മുമ്പ് അതെടുക്കാൻ അവനു തോന്നണമേ എന്ന പ്രാർത്ഥനയോടെ.

ദൈവമേ, പ്രാർത്ഥന ഫലിച്ചിരിക്കുന്നു.

മറുവശത്ത് അനിയന്റെ നേർത്ത സ്വരം: "എന്താ ഏട്ടാ?"

ഒരൊറ്റ വീർപ്പിലാണ് പറഞ്ഞു തീർത്തത്.

"എത്ര തവണ നിന്നെ വിളിച്ചു. എന്താ നീ ഫോൺ എടുക്കാത്തെ? നീ എവിടെയാ ഇപ്പോഴുള്ളത്?"

"കുറച്ചകലെ. ഏട്ടൻ ക്ഷമിക്കണം. ഞാനെന്തോ ഇങ്ങനെയൊക്കെ യായിപ്പോയി."

"അതൊന്നും സാരമില്ല. എല്ലാം ശരിയാക്കി എടുക്കാവുന്നതേയു ള്ളൂ. ആദ്യം ഇങ്ങോട്ട് വാ."

കുറച്ചു നേരത്തേക്ക് മൗനം. പിന്നെ രഘു വിങ്ങിപ്പൊട്ടി.

"വരാം, എനിക്ക് അച്ഛനേയും അമ്മയേയും കാണണം. ഞാനവരെ വേദനിപ്പിക്കരുതായിരുന്നു."

സഹദേവന്റെ ഒച്ചയും ഇടറി. "അവരെ മാത്രമോ? നിന്റെ ഭാര്യയും കുട്ടിയും. അവരെയോ?"

മറുപടിയും ഉടനെ വന്നു.

"എല്ലാവരെയും തന്നെ."

ഫോൺ കട്ടായി.

സഹദേവൻ അറിയാതെ വിതുമ്പിപ്പോയി. മനസ്സിലെ തീ മുഴുവനും ഒരു നിമിഷംകൊണ്ട് അണഞ്ഞതുപോലെ. പകരം ഒരു നീരൊഴുക്ക് കുത്തിയൊഴുകുന്നു.

അച്ഛനോടും അമ്മയോടും ഈ വിവരം പറയണം.

സഹദേവൻ വാതിൽക്കലേക്ക് നടന്നു. പെട്ടെന്ന് എന്തോ ഓർമ്മ വന്നതു കണക്കെ നടത്തം നിർത്തി മുറിയുടെ മദ്ധ്യത്തിൽ തന്നെ അന ക്കമറ്റ് നിന്നു. ഒരുനിമിഷ നേരത്തെ ആലോചന. പിന്നെ പോക്കറ്റിൽ നിന്ന് ഫോണെടുത്ത് ഒരു നമ്പറിൽ വിളിച്ചു.

"എനിക്കാ പ്ലോട്ട് വേണ്ട. ഷോപ്പുകളും വേണ്ട. അച്ഛനെയും അമ്മ യെയും വേദനിപ്പിച്ചുകൊണ്ടുള്ള ഒരു സമ്പാദ്യവും വേണ്ടാത്തതുകൊ ണ്ടാണ്. ക്ഷമിക്കണം."

മറുപടിക്ക് കാത്തുനില്ക്കാതെ നിറഞ്ഞ മനസ്സോടെ ഫോൺ ഓഫാക്കി പോക്കറ്റിലിട്ടു.

ഇനി അച്ഛന്റെയും അമ്മയുടെയും മുമ്പിൽ പേടിക്കാതെ പോകാം. എന്തെങ്കിലും കളവ് നടത്തിയതായി സ്വയം തോന്നുന്നുമില്ല.

ഉപ്പൂമ്മ

ഉപ്പൂമ്മ ഇങ്ങനെയാണ്. ഒരു കാരണവും വേണമെന്നില്ല. കൺമു
മ്പിൽ കാണുന്നവരെയൊക്കെ ശകാരിക്കും. ശകാരം തുടങ്ങിയാലോ
അത് അത്ര പെട്ടെന്നൊന്നും തീരുകയുമില്ല. വായിൽ തോന്നിയതൊക്കെ
വിളിച്ചു പറഞ്ഞുകൊണ്ടേയിരിക്കും.

ഭാഗ്യവശാൽ ഈ ശകാരം മുതിർന്നവരുടെ നേർക്ക്   മാത്രമേ
യുള്ളൂ. ഞങ്ങൾ തറവാട്ടിലെ കുട്ടികളുടെ നേർക്കില്ല. കുട്ടികളാകുമ്പോൾ
കുറച്ചു കുസൃതികളൊക്കെ കാണിക്കാതിരിക്കുമോ? അതൊന്നും
അറിഞ്ഞ ഭാവം കാണിക്കില്ല ഉപ്പൂമ്മ.

ഉള്ളിന്റെ ഉള്ളിൽ അവർ ഞങ്ങളുടെ കുസൃതികൾ ഇഷ്ടപ്പെടുന്നു
ണ്ടെന്നു വേണം കരുതാൻ.

ഉപ്പൂമ്മയുടെ മക്കളിൽ മൂത്ത ആളാണ് എന്റെ ഉപ്പ. ഉപ്പയുടെ കീഴെ
ഞാൻ ആപ്പ എന്ന് വിളിക്കുന്ന എളയുപ്പ. പിന്നെയുള്ളതാണ് പെൺ
മക്കൾ. ഇവിടെ തറവാട്ടിൽ ഉപ്പൂമ്മയുടെ ഒന്നിച്ചു രണ്ടു ആൺമക്ക
ളുടെയും കുടുംബം താമസിക്കുന്നു. പെൺമക്കൾ അവരുടെ ഭർത്താ
ക്കന്മാരുടെ വീടുകളിലും.

എന്റെ ഉപ്പ പുറംനാട്ടിൽ എവിടെയോ കുറെ കാലം ജോലി നോക്കി
തിരികെ വന്നതാണ്. അതിനുശേഷം വേറെ ജോലിക്കൊന്നും
പോകാറില്ല. എപ്പോഴും തറവാടിന്റെ പൂമുഖത്തുള്ള ചാരുകസേരയിൽ
ഇരുന്നു വായിച്ചു തീർത്ത വർത്തമാനപത്രം തന്നെ ദിവസം മുഴുവനും
വീണ്ടും വീണ്ടും വായിച്ചു സമയം തള്ളി നീക്കും.

ആപ്പ അബുദാബിയിൽനിന്ന് മാസം തോറും അയക്കുന്ന പൈസ
കൊണ്ടാണ് തറവാട്ടിലെ കാര്യങ്ങൾ നടന്നു പോകുന്നത്. ആപ്പാക്ക്
അവിടെ നല്ല ജോലിയാണത്രെ. പോരാത്തതിനു ചെറിയൊരു ബിസി

നെസുമുണ്ട്.

ഉപ്പൂമ്മ കൂടെക്കൂടെ പറയും:

'ആ ചെക്കൻ അബു ദുബായില് പോയി നയിക്കുന്നതോണ്ട് ഇവ്‌ടെ എല്ലാരും കഞ്ഞി കുടിച്ചു കയിഞ്ഞു കൂട്ന്ന്.'

എത്ര തവണ തിരുത്തി കൊടുത്താലും അബുദാബിക്ക് അവർ അബു ദുബായ് എന്നേ പറയുകയുള്ളൂ.

ഉപ്പൂമ്മ കൂടെക്കൂടെ ഇതും കൂടി പറയും: 'ഈട ഒരു പോത്തു ണ്ടല്ലാ.... അയിനെ കൊണ്ട് ഒരു കൊണവുല്ല...മണവുല്ല....'

തന്റെ മൂത്ത മകനെപ്പറ്റിയാണ് അവർ ഇങ്ങനെ പറയുന്നത്. അതായത് എന്റെ ഉപ്പയെപറ്റി. ഇത് കേൾക്കുമ്പോൾ എന്റെയും ഉമ്മയുടെയും ചങ്ക് പിടയ്ക്കും. എന്നാൽ ഞങ്ങളെക്കാളും വിഷമം തോന്നേണ്ടുന്ന ഉപ്പ അത്ര കാര്യമാക്കാറില്ല.

ഒരു ഇളിഭ്യച്ചിരിയോടെ ഉപ്പൂമ്മ കിടക്കുന്ന കട്ടിലിന്റെ വക്കിലിരുന്നു കരിമ്പടത്തിനകത്തു വിശ്രമിക്കുന്ന അവരുടെ കാലെടുത്തു സ്വന്തം മടിയിൽ വെച്ച് മെല്ലെ തടവി കൊടുക്കും ഉപ്പ. ആദ്യമൊക്കെ നീരസം കാണിക്കുമെങ്കിലും കുറച്ചു നേരം കഴിയുമ്പോൾ ഉപ്പൂമ്മയുടെ ഉള്ളലിയും.

പിറകെ ചോദ്യവും വരും:

"എന്തെങ്കിലു തുന്നിനാടാ നിയ്, പൊട്ടാ?"

വയറു നിറയെ കഴിച്ചതാണെങ്കിലും ഒന്നും കഴിച്ചിട്ടില്ല എന്നേ ഉപ്പ പറയുകയുള്ളൂ. അത് മതിയല്ലോ. അടുക്കളപ്പുറത്തുള്ള ഉമ്മയുടെയും ഇളയുമ്മയുടെയും നേർക്ക് ഉപ്പൂമ്മാക്ക് ശകാരം തുടങ്ങാൻ.

"നേരത്തിന്നും കാലത്തിന്നും ഈ ചെക്കന്ന് തുന്നാൻ കൊടുത്തുടെ നിങ്ങക്ക്?"

ചിരി വന്നു പോകും. ചെക്കൻ പോലും! അറുപതു വയസ്സ് കഴിഞ്ഞ ആളെയാണ് ചെക്കനെന്നു പറയുന്നത്. എത്ര തന്നെ മുത്ത് നരച്ചാലും സ്വന്തം ഉമ്മാക്ക് തന്റെ ആ മകൻ എപ്പോഴും ചെക്കൻ തന്നെ!

ഞാൻ പലപ്പോഴും ഓർത്തു നോക്കിയിട്ടുണ്ട്. ഉപ്പൂമ്മാക്ക് എത്ര വയസ്സായിട്ടുണ്ടാകും?

മെലിഞ്ഞു ശോഷിച്ച് അവരുടെ ശരീരമാകെ ചുക്കി ചുളിഞ്ഞാണ് ഇപ്പോഴുള്ളത്. നട്ടെല്ല് വളഞ്ഞു നിവർന്നു നില്ക്കാനും വയ്യ. തറയിലൂടെ ഒരു മാതിരി ഇഴയുന്ന മട്ടിലാണ് നടത്തം.

കുഴിഞ്ഞിറങ്ങിയ കണ്ണുകളിലെ കാഴ്ചയ്ക്ക് മങ്ങലേറ്റിട്ടില്ല. കേൾവിക്കും വലിയ പ്രശ്നമില്ല. ഓർമ്മശക്തിയുടെ കാര്യമാണ് കുറച്ച് വിഷമത്തിൽ. ഈ അടുത്ത കാലത്ത് നടന്ന കാര്യങ്ങളിൽ പലതും ഓർമ്മ ഉണ്ടാവില്ല. വർഷങ്ങൾക്കു മുമ്പുള്ള കാര്യങ്ങളൊക്കെ നല്ല ഓർമ്മയും ഉണ്ടാകും.

പഴയ കാലത്തെ കാര്യങ്ങൾ എത്ര തവണ പറഞ്ഞാലും മതി വരില്ല ഉപ്പൂമ്മാക്ക്. അത് കേട്ടുകൊണ്ടിരിക്കാനുള്ള ചുമതല ഞങ്ങൾ തറവാ

ട്ടിലെ കുട്ടികൾക്കാണ്. അതുകൊണ്ട് തന്നെയാവണം എന്തു കുസൃതി കാണിച്ചാലും ഞങ്ങളെ അവർ ശകാരിക്കാത്തതും. ഞങ്ങൾ പിണ ങ്ങിയാൽ കേൾവിക്കാരായി വേറെ ആരെ കിട്ടും?

ഉപ്പൂമ്മ പറയുന്നത് കേൾക്കാൻ ഞങ്ങൾ ചുറ്റും ഇരുന്നു കഴി ഞ്ഞാൽ അവർക്ക് ഒരു പതിവുണ്ട്. തലയിണക്ക് കീഴെ വെച്ചിരിക്കുന്ന അലുമിനിയം ഡബ്ബയുടെ അരികു നുള്ളി തുറന്നു അതിൽനിന്നു ഈത്ത പ്പഴത്തിന്റെ ചുളകൾ എടുത്തു ഞങ്ങൾ ഓരോരുത്തർക്കും തരും. തീർന്നില്ല, അതിന്റെ കൂടെ ഓരോ കഷ്ണം തേങ്ങപ്പൂളുമുണ്ടാകും.

എന്തൊരു രുചിയാണെന്നറിയോ ഈത്തപ്പഴം തേങ്ങാക്കഷണവും ചേർത്ത് തിന്നാൻ!

ചിലപ്പോൾ തരിക നാരങ്ങാമിട്ടായിയാവും.

പല തവണ കേട്ട് മടുത്ത കാര്യങ്ങളാണങ്കിലും ഉപ്പൂമ്മ പറയുന്ന പഴംപുരാണങ്ങളൊക്കെ കേട്ട് നില്ക്കാൻ ഞങ്ങൾ തയ്യാറാവുന്നതിന്റെ രഹസ്യവും ഇത് തന്നെ.

ഉപ്പൂമ്മ പലപ്പോഴായി പറഞ്ഞു തന്നിട്ടുണ്ട്.

ഇപ്പോൾ പഴകി ദ്രവിച്ചു ഇടിഞ്ഞു വീഴാറായിട്ടുണ്ടെങ്കിലും ഒരു കാലത്ത് പ്രൗഢിയോടെ തലയുയർത്തി നിന്നിരുന്നുവത്രെ ഞങ്ങളുടെ തറവാട്.

വലിയ പടിപ്പുര കടന്നു വരുമ്പോഴുള്ള വിശാലമായ മുറ്റം. തടിച്ച കല്ത്തൂണുകളും ചിത്രപ്പണികൾ കൊത്തിവെച്ച ഉമ്മറവാതിലും മിന്നിമിനുങ്ങുന്ന കനാത്തറയുമുള്ള പൂമുഖം. ഈട്ടിത്തടികൊണ്ടുള്ള മോന്തായത്തിൽ തൂങ്ങുന്ന വർണ്ണവിളക്കുകൾ.....

വീട്ടിനകത്തു വിസ്താരമേറിയ ഇരിപ്പുമുറികളും അറകളും.....

ഇങ്ങനെ ഇത്രയും വലിയ ഒരു വീട് അക്കാലത്ത് നാട്ടിൽ മറ്റാർക്കും ഉണ്ടായിരുന്നില്ല.

ഉപ്പൂമ്മയുടെ ഉപ്പാക്ക്, എന്നുവെച്ചാൽ ഞങ്ങളുടെ വല്യുപ്പാപ്പാക്ക് തെങ്ങിൻതോപ്പുകളും നെല്പാടങ്ങളും മറ്റുമായി നാടുനീളെ സ്വത്തു കളുണ്ടായിരുന്നു. അവിടങ്ങളിൽനിന്ന് കൊണ്ടുവരുന്ന തേങ്ങയും നെല്ലും മലയോളം ഉയരത്തിൽ തറവാട് മുറ്റത്ത് എപ്പോഴും കൂമ്പാരമായി കിടന്നു.

വൈകുന്നേരമാകുമ്പോൾ പാട്ടക്കാരെയും കുടിയാന്മാരെക്കൊണ്ടും മുറ്റം നിറയും. വയലിലും തൊടിയിലും പണിയെടുക്കുന്നവർ വേറെയും. അവർക്കിടയിലൂടെ ഓരോ കാര്യങ്ങൾക്കായി തിരക്കിട്ട് നീങ്ങുന്ന കാര്യ സ്ഥന്മാർ......

തറവാടിന്റെ പൂമുഖത്ത് ഒറ്റത്തടിയിൽ തീർത്ത കസേരയിൽ വല്യു പ്പാപ്പ ഇരിക്കുന്നുണ്ടാകും. അക്കാലത്ത് എന്ത് കാര്യത്തിനും ആരും തന്നെ പൊലീസിലോ കോടതിയിലോ പോകുകയില്ല. തറവാടിന്റെ മുറ്റ ത്താണ് നീതിയും തേടി വരിക.

വല്യുപ്പാപ്പ ന്യായവിധി പുറപ്പെടുവിക്കും. ആരായാലും അത് അനുസരിച്ച് കൊള്ളണം. ഇല്ലെങ്കിൽ ഒത്ത മനുഷ്യനായ അദ്ദേഹം

എഴുന്നേറ്റു നിന്ന് ബൂട്ട്സിട്ട കാലുയർത്തി ഒരൊറ്റ ചവിട്ടാണ്. ചവിട്ടു കൊണ്ടവൻ പിന്നെ കണ്ണ് തുറന്നു നോക്കിയ ചരിത്രമില്ല.

അവന്റെ മയ്യത്ത് തറവാടിന്റെ തൊടിയിൽ കുഴി കുഴിച്ചു അടക്കം ചെയ്യും. ആരും ചോദ്യം ചെയ്യാൻ വരില്ല.

അക്കാലത്ത് തറവാട്ടിൽ മൂന്നു ആനകളുണ്ടായിരുന്നു. കല്യാണി, ഗൗരി, ജാനകി.... എന്നിങ്ങനെ പോയി പിടിയാനകളുടെ പേര്. വല്യൂ പ്പാപ്പയുടെ പേട്ടയിലുള്ള കൂപ്പിൽ മരം പിടിക്കാനുള്ളതാണ് ഈ ആന കൾ.

കൂപ്പിൽ പണിയില്ലാത്തപ്പോൾ ആനകളെ തറവാട്ടിൽ കൊണ്ടുവന്ന് തൊടിയിൽ കെട്ടിയിടും. പിന്നെ ആകെ തിരക്കായിരിക്കും തറവാട്ടിൽ. ആനകളെ കാണാൻ ബന്ധുക്കളും നാട്ടുകാരും വരും. അവർക്കൊക്കെ ഭക്ഷണം തറവാട്ടിൽ നിന്നു തന്നെ. ആനകൾക്കും പാപ്പാന്മാർക്കും ഭക്ഷണം ഉണ്ടാക്കാൻ പ്രത്യേക പാചകപ്പുര.....

ഇത്രയും കേട്ട് കഴിഞ്ഞപ്പോൾ എനിക്ക് ഒരു കുസൃതി തോന്നി. പ്രായം പന്ത്രണ്ടു കഴിഞ്ഞിട്ടേ ഉള്ളുവെങ്കിലും എനിക്ക് മുതിർന്ന ഒരാളുടെ ബുദ്ധിയാണെന്ന് എല്ലാവരും പറയാറുണ്ട്. ആ ബുദ്ധിയിൽ ഉദിച്ച കുസൃതിയായിരുന്നു അത്.

ഞാൻ ചോദിച്ചു: "അതെന്താ ഉപ്പൂമ്മാ, നമ്മള് ഇസ്ലാമീങ്ങളല്ലേ.... അപ്പൊ പിന്നെ നമ്മടെ ആനകൾക്കെന്താ മറ്റു മതക്കാരുടെ പേര്?"

എന്താണ് മറുപടി പറയേണ്ടതെന്ന് തോന്നാതെ സ്വതവേ എന്തിനും ഏതിനും വായിട്ടലയ്ക്കുന്ന ഉപ്പൂമ്മ ഒന്ന് പതറി. അവർക്ക് ദേഷ്യം വരുന്നുണ്ടായിരുന്നു. ദേഷ്യം വരുമ്പോൾ എപ്പോഴും ചെയ്യാറുള്ളത് പോലെ ശിരസ്സ് അങ്ങോട്ടുമിങ്ങോട്ടും ചലിപ്പിച്ചു. അപ്പോൾ കാതുകളിൽ നിരയൊത്ത് തൂങ്ങി നില്ക്കുന്ന സ്വർണ്ണ അലിക്കത്തുകൾ ഇളകിയാ ടുകയും ചെയ്തു.

പെട്ടെന്ന് ഉപ്പൂമ്മയുടെ ചാലുകൾ വീണ മുഖത്ത് പ്രകാശം പരന്നു.

അവർ പറഞ്ഞു: "പാപ്പാന്മാര് മറ്റേ കൂട്ടരല്ലേ? അവരാ അങ്ങനത്തെ പേരിടുന്നെ. അല്ലേലും ആനക്ക് നെബീസു, ആയിശു എന്നൊക്കെ പേരി ട്ടാൽ ഒരു ചേലുമുണ്ടാകില്ല."

എങ്ങനെ ചിരി വരാതിരിക്കും? ഞങ്ങൾ കുട്ടികൾ മുഴുവനും ആർത്ത് ചിരിച്ചു. ഞങ്ങളുടെ കൂടെ ചേർന്ന് ഉപ്പൂമ്മയും ചിരിച്ചു.

ഉപ്പൂമ്മ കിടക്കുന്ന അറയുടെ ജനാലയ്ക്കപ്പുറം തൊടിയിൽ പടർന്നു പന്തലിച്ചു കിടക്കുന്ന ഒരു പേരക്ക മരമുണ്ട്.

എന്നും രാവിലെ ഉപ്പൂമ്മ നാസ്ത കഴിക്കുന്ന സമയത്ത് ഒരു കാക്ക വന്നു പേരക്ക മരത്തിന്റെ കൊമ്പിലിരുന്നു കരയാൻ തുടങ്ങും. അതു കേൾക്കുകയേ വേണ്ടൂ. കഴിച്ചു കൊണ്ടിരിക്കുന്ന പത്തിരിയോ ദോശയോ മുറിച്ചു തുണ്ടം തുണ്ടമാക്കി ഉപ്പൂമ്മ ജനാലയിലൂടെ കാക്കയ്ക്ക് എറിഞ്ഞു കൊടുക്കും.

അതും കണ്ടു നില്ക്കുകയായിരുന്ന എന്നോടു ഒരു ദിവസം ഉപ്പൂമ്മ

പറഞ്ഞു:

"അനക്കറിയോ, അത് അന്റെ ഉപ്പാപ്പയാ..."

എന്ന് വെച്ചാൽ ഉപ്പൂമ്മയുടെ മരിച്ചു പോയ ഭർത്താവാണ് കാക്കയുടെ രൂപത്തിൽ വരുന്നതെന്ന്!

ഞാൻ ഉറക്കെ ചിരിച്ചുപോയി.

ഉപ്പൂമ്മ ശാസിച്ചു:

"അങ്ങനെ മക്കാറാക്കയൊന്നും വേണ്ട. കുറാനിലും ഹദീസിലും ഒക്കെയുണ്ട്. മൗത്തായാവർക്ക് വേണ്ടപ്പെട്ടവരെ കാണാവേണ്ടി ഇങ്ങനെ പല കോലത്തിലും വരാൻ പറ്റുന്ന്."

ഒരു നിമിഷം കഴിഞ്ഞു ഉപ്പൂമ്മ തിരുത്തി.

"അങ്ങനെ മൗത്തായ എല്ലാർക്കും പറ്റൂല്ല. ബൂമീല് നല്ലത് ചെയ്ത ആളുക്ക് മാത്രം അല്ലാഹു സമ്മതം കൊടുക്കും."

ഞാൻ ചോദിച്ചു:

"അപ്പൊ ഉപ്പാപ്പ നല്ല മനുഷ്യനാ?"

മറുപടി പറയാതെ കുറച്ചു നേരം എന്തോ ആലോചനയിൽ മുഴുകി ഉപ്പൂമ്മ ഇരുന്നു. പിന്നെ പതുക്കെ പറഞ്ഞു:

"ആർക്കറിയാ... ആരാ നല്ല മനിസനെന്നും കെട്ട മനിസനെന്നും? ഖിയാമം നാളിൽ മഹഷരയിൽ വെച്ചു പടച്ച തമ്പുരാൻ അത് തീരുമാനിക്കട്ടെ..."

ഞാൻ ഉപ്പാപ്പയെ പറ്റി വീണ്ടും എന്തെങ്കിലും ചോദിച്ചു കളയുമെന്ന് ഭയന്നിരിക്കണം. അത് ഒഴിവാക്കാൻ വേണ്ടി നല്ല ഈണത്തിൽ നഫീസത്ത് മാല ചൊല്ലിത്തുടങ്ങി ഉപ്പൂമ്മ. ബിസ്മിയും അന്തും സലാത്തും......

നഫീസത്ത് മാല മാത്രമല്ല മൊഹിയുധീൻ മാലയും ബദർ പടപ്പാട്ടും മറ്റുമൊക്കെ നന്നായി ചൊല്ലാനറിയാം അവർക്ക് .

ഇങ്ങനെയൊക്കെയാണ് ഞങ്ങളുടെ ഉപ്പൂമ്മ. അവരെ പറ്റി പറഞ്ഞുകൊണ്ടിരുന്നാൽ അതിനു ഒരു അവസാനമുണ്ടാകില്ല. അത്രയേറെയുണ്ട് പറയാൻ.

ആ ഉപ്പൂമ്മയാണ് ഒച്ചയും അനക്കവുമില്ലാതെ കരിമ്പടത്തിനകത്തു മൂടിപ്പുതച്ചു കിടക്കുന്നത്. പതിവുള്ള ശകാരം ആരുടെ നേർക്കുമില്ല. ഭക്ഷണം ശരിക്കുമില്ല. അഞ്ചു നേരവുമുള്ള നിസ്കാരത്തിനുപോലും കിടന്ന കിടപ്പിൽ നിന്ന് എഴുന്നേല്ക്കുന്നില്ല.

തറവാട്ടിലുള്ളവർ പരിഭ്രമിക്കാതിരിക്കുമോ?

ചോദിച്ചവരോടൊക്കെ കൃത്യമായ മറുപടി ഉപ്പൂമ്മ പറഞ്ഞതുമില്ല. പനിയുണ്ടോ എന്ന് നോക്കാൻ നെറ്റിയിൽ വെച്ച് നോക്കിയ എന്റെ ഉപ്പയുടെ കൈ തട്ടിക്കളഞ്ഞ് അവർ വഴക്ക് പറഞ്ഞു.

"പോടാ അവിടുന്ന്... ഇടങ്ങേറാക്കാണ്ട്."

രണ്ടു ദിവസം മുമ്പ് വെള്ളോളമ്മന്റെ മകൻ ജനാലയ്ക്കപ്പുറം വന്നു നിന്ന് ഉപ്പൂമ്മയോടു എന്തോ സ്വകാര്യം പറയുന്നത് ഞാൻ കണ്ടിരുന്നു.

പിന്നെ കട്ടിലിന്റെ കീഴെയുള്ള ട്രങ്ക് പെട്ടി ഏന്തി വലിഞ്ഞു തുറന്നു അതിൽനിന്ന് കുറച്ചു നോട്ടുകളെടുത്തു അവനു കൊടുക്കുന്നതും കണ്ടു.

അതിന്റെ കാരണം ഞാൻ ചോദിക്കാതെ തന്നെ ഉപ്പൂമ്മ പറഞ്ഞു തന്നു:

"വെള്ളോർമ്മന്ന് സൂക്കേടൊ. ആസുപത്രീല് കൊണ്ടോകാൻ പൈസ ഇല്ലാഞ്ഞു വന്നതാ ആ ചെക്കൻ."

അപ്പോൾ മുതൽ കട്ടിലിൽ കയറി മൂടിപ്പുതച്ച് കിടക്കാൻ തുടങ്ങി യതാണ് ഉപ്പൂമ്മ. ഇക്കാര്യം ഞാൻ ആരോടും പറഞ്ഞില്ല. അങ്ങനെ ചെയ്യില്ലെന്നു ഉപ്പൂമ്മാക്ക് ഞാൻ വാക്ക് കൊടുക്കുകയും ചെയ്തിരുന്നു.

ഈ വെള്ളോർമ്മൻ ആരാണെന്നല്ലേ? തറവാട്ടിലെ തൊടിയിൽ കൊ ത്തുകയും കിളയ്ക്കുകയും ചെയ്യാൻ വരാറുള്ള പുറംപണിക്കാരനാണ് അയാൾ. വെള്ളോർമ്മനെന്നല്ല അയാളുടെ ശരിക്കുമുള്ള പേര്. പൊതുവേ ഇക്കൂട്ടർക്കില്ലാത്ത മട്ടിൽ വെളുത്ത നിറമായതുകൊണ്ട് വെളുത്ത ചെറുമൻ എന്ന് പറഞ്ഞു പറഞ്ഞു അത് വെള്ളോർമ്മാനായി ചുരുങ്ങിയതാണത്രേ.

വെള്ളോർമ്മൻ പണിക്കു വരുമ്പോഴൊക്കെ എന്റെ ഉമ്മയും ഇളയുമ്മയും അടക്കം പറഞ്ഞു ചിരിക്കുന്നത് ഞാൻ പലപ്പോഴും കണ്ടിട്ടുണ്ട്. അതിന്റെ കാരണം ചോദിച്ചാൽ അവർ രണ്ടു പേരും വഴക്ക് പറയും. നിനക്ക് അതറിയാനുള്ള പ്രായമായിട്ടില്ല എന്നും മറ്റും പറഞ്ഞുകൊണ്ട്.

എന്തോ, ഉപ്പൂമ്മാക്ക് വെള്ളോർമ്മനെ വലിയ കാര്യമായിരുന്നു.

ഇന്ന് കാലത്ത് ഞാൻ ഉപ്പൂമ്മയുടെ അറയിലേക്ക് കയറിയതാ യിരുന്നു. കഴിഞ്ഞ രണ്ടു ദിവസമായി അവർ മൂടിപ്പുതച്ചു കിടപ്പാണല്ലോ. അതിൽ വല്ല വ്യത്യാസവുമുണ്ടോ എന്ന് നോക്കുകയായിരുന്നു എന്റെ ലക്ഷ്യം.

അറയിലേക്ക് കയറിയതും ഞാൻ നടുങ്ങിപ്പോയി. തലയിണയിൽ മുഖം പൂഴ്ത്തി ഉപ്പൂമ്മ കരയുന്നതാണ് കണ്ടത്. അമ്പരപ്പോടെ ഞാൻ ചോദിച്ചു:

"ഉപ്പൂമ്മ എന്തിനാ കരയുന്നെ?"

അവർ മറുപടി പറഞ്ഞില്ല.

ഞാൻ എന്റെ ഉപ്പ ചെയ്യാറുള്ളതുപോലെ കട്ടിലിന്റെ വക്കിലിരുന്നു ഉപ്പൂമ്മയുടെ കാലെടുത്തു മടിയിൽവച്ചു മൃദുവായി തടവിക്കൊടുത്തു. അവർ കാലു വലിച്ചെടുക്കാതെ അനക്കമറ്റു കിടന്നു.

ആ തക്കം നോക്കി ഞാൻ വീണ്ടും ചോദിച്ചു:

"എന്താ കാര്യം ഉപ്പൂമ്മാ? എന്തിനാ കരയുന്നത്?"

ഉപ്പൂമ്മയുടെ കരച്ചിൽ ഉറക്കെയായി. അതിനിടയിൽ അവർ ഒരുവിധം പറഞ്ഞൊപ്പിച്ചു.

"ആ വെള്ളോർമ്മൻ മരിച്ചു പോയെടാ..."

ചിരി വരുന്നുണ്ടെങ്കിലും ഞാൻ അതടക്കിപ്പിടിച്ചു. നമ്മുടെ

തോടിയില്‍ പണിയെടുക്കുന്ന ആള്‍ മരിച്ചതിനു ഉപ്പൂമ്മ എന്തിനാണ് ഇങ്ങനെ കരയുന്നത്? അയാളെ ആസ്പത്രിയില്‍ കൊണ്ടുപോകാന്‍ പൈസ കൊടുത്തതല്ലേ? അത്രയും പോരേ?

ഞാന്‍ പറഞ്ഞു:

"ഉപ്പൂമ്മയുടെ കരച്ചില്‍ കണ്ടപ്പോ ഞാന്‍ പേടിച്ചു പോയി, ഉപ്പൂമ്മാക്ക് എന്തോ പറ്റിയെന്നു."

ഉപ്പൂമ്മ ദേഷ്യത്തോടെ എന്റെ മടിയില്‍നിന്ന് അവരുടെ കാല്‍ വലിച്ചെടുത്തു. എന്നിട്ട് മെലിഞ്ഞ കൈകള്‍ നീട്ടി എന്നെ പിടിച്ചു തള്ളി.

"പോടാ അവിടുന്ന്.... നെനക്കെന്തറിയാ... ആരാ വെള്ളോര്‍മ്മ നെന്നു?"

ഞാന്‍ പിന്മാറിയില്ല. ചോദിച്ചു: "ആരാ?"

"അന്റെ ഉപ്പയില്ലേ, ആ പോത്ത്? ഓനെ പോലെ തന്നെ എനക്ക് വെള്ളോര്‍മ്മന്‍...അതു പറഞ്ഞാല്‍ നിനക്ക് മന്‍സിലാകൂല്ല."

ശരിയാണ്. എനിക്ക് മനസ്സിലായില്ല എന്താണ് ഉപ്പൂമ്മ പറഞ്ഞതിന്റെ അര്‍ത്ഥമെന്ന്. ഞാന്‍ അമ്പരപ്പോടെ ഉപ്പൂമ്മയുടെ നേര്‍ക്ക് തുറിച്ചു നോക്കി.

ഉപ്പൂമ്മാക്ക് വെള്ളോര്‍മ്മന്‍ എന്റെ ഉപ്പാനെ പോലെയാണെങ്കില്‍ അയാള്‍ എനിക്ക് ആരായി വരും?

"ഒന്നോര്‍ത്താ വെറുപ്പ് തോന്നെണ്ടതാ വെള്ളോര്‍മ്മനോട്... എന്നാ ലൊട്ടു തോന്നീട്ടുമില്ല. ഓന് വെലുപ്പ് നെറം കിട്ട്യത് ഓന്റെ തെറ്റുകൊണ്ട് അല്ലല്ലാ...."

തോളിലേക്ക് വീണു കിടക്കുന്ന തട്ടമെടുത്തു ശിരസ്സ് മറച്ചു ഉപ്പൂമ്മ തുടര്‍ന്നു:

"നല്ല ഉറപ്പുണ്ടായിന്.... എന്നാലും ഒരിക്ക ചോദിക്കണോന്നു വിചാരി ച്ചിന്... പലരും പറഞ്ഞു കേട്ടതൊക്കെ നേരാണോന്ന്? പറ്റിയില്ല... എങ്ങനെ ചോദിക്കാനാ... ആളുടെ മോത്ത് നോക്കാന്‍ തന്നെ പേട്യായിരുന്നു..."

ആ ആള്‍ ആരെന്നു ഞാന്‍ ചോദിച്ചില്ല. എങ്ങനെയാണെന്ന് അറിയില്ല, ചോദിക്കാതെ തന്നെ എനിക്ക് ഊഹിക്കാന്‍ പറ്റി. ഉപ്പാപ്പയാണ് അത്. ഉപ്പൂമ്മയുടെ മരിച്ചു പോയ ഭര്‍ത്താവ്.....

അച്ഛൻ

എത്ര തന്നെ ആലോചിച്ചു നോക്കിയിട്ടും അച്ഛനു മനസ്സിലാവുന്നില്ല. മകൾ വരുന്ന വിവരം താൻ പറഞ്ഞതല്ലെയുള്ളൂ. അതിനു അവളുടെ അമ്മ എന്തിനാണ് ഇത്രമാത്രം പരിഭ്രമിക്കുന്നത്?

അല്ലെങ്കിലും ഈയിടെയായി അവരുടെ പെരുമാറ്റം ഇങ്ങനെ യൊക്കെ തന്നെയാണ്. താൻ എന്തെങ്കിലും ചോദിക്കുകയോ പറ യുകയോ ചെയ്താൽ മതി ഉടനെ കരയാൻ തുടങ്ങും. അല്ലെങ്കിൽ ഒരു കാരണവുമില്ലാതെ ഇങ്ങോട്ട് കയറി ദേഷ്യപ്പെടും.

"മോള് ഇങ്ങെത്താറായി. അവള്ക്ക് വേണ്ടി വായിക്കു രുചിയുള്ളത് വല്ലതും വെച്ചുണ്ടാക്കെണ്ടേ?" അച്ഛൻ ചോദിച്ചു.

മറുപടിയില്ല. എന്തോ ചിന്തയിൽ മുഴുകിയിരിക്കുകയാണ് അമ്മ. ഇപ്പോൾ ഇതും പതിവായിരിക്കയാണ്. എപ്പോൾ നോക്കുമ്പോഴും എന്തോ ചിന്തിച്ചുകൊണ്ട് ഒരിടത്ത് ഒതുങ്ങിക്കൂടി ഇരിക്കുന്നുണ്ടാകും. എന്താണാവോ ഇത്രയേറെ ചിന്തിക്കാനുള്ളത്?

അച്ഛൻ ദേഷ്യപ്പെട്ടു: "എന്താ... ഞാൻ ചോദിച്ചത് കേട്ടില്ലാന്നുണ്ടോ നിയ്ക്?"

അമ്മ മുഖം കറുപ്പിച്ചു എഴുന്നേറ്റു നടന്നു. പിറകെ ചെന്ന് രണ്ടു വാക്ക് പറയണമെന്നുണ്ടായിരുന്നു അച്ഛന്. പിന്നെ അത് വേണ്ടെന്നു വെച്ചു. മകൾ വരുന്ന ദിവസമാണ്. എന്തിനു വെറുതെ ഓരോ പ്രശ്നം ഉണ്ടാക്കണം?

മകളുടെ മുറി പൊടി പിടിച്ചു കിടക്കുകയായിരിക്കുമോ ഇപ്പോൾ? അച്ഛൻ ഓർത്തു നോക്കി. വീട് അടിച്ചു വാരി വൃത്തിയാക്കാൻ വരാറുള്ള തള്ളക്ക് മകളുടെ മുറിയിൽ കയറാൻ മാത്രം മടിയാണ്. അതോ, പേടിയോ?

ഒന്ന് സ്വയം കയറി നോക്കാമെന്ന് വെച്ചാൽ മകളുടെ മുറി മുകളി ലത്തെ നിലയിലാണ്. കോണിപ്പടികൾ കയറരുതെന്നാണ് ഡോക്ടറുടെ വിലക്ക്. കഴിഞ്ഞ തവണ പരിശോധനക്ക് ചെന്നപ്പോഴും ഡോക്ടർ പറഞ്ഞതാണ്. ആരോഗ്യ കാര്യത്തിൽ കുറച്ചും കൂടി ശ്രദ്ധ വേണമെന്ന്.

എന്നിട്ട് തന്റെ കൂടെ വന്നിരുന്ന ഭാര്യയോട് ഡോക്ടർ ചോദിച്ചു. "പഴയ പട്ടാളക്കാരന്റെ മുൻകോപം ആൾക്ക് ഇപ്പോഴുമുണ്ടോ? ഉണ്ടെ ങ്കിൽ അത് ആരോഗ്യത്തിനു നല്ലതല്ലെന്ന് കൂടെക്കൂടെ പറഞ്ഞു കൊടു ത്തേക്കണം."

കേട്ടപ്പോൾ തനിക്കു ചൊറിഞ്ഞു വന്നതാണ്. ക്ഷമിച്ചു. ഡോക്ടർ തന്റെ പഴയ ഒരു സ്നേഹിതനാണ്. എന്തും പറയാനുള്ള സ്വാതന്ത്ര്യം അയാൾക്കുണ്ട്.

താൻ മരുന്നുകൾ കൃത്യമായി കഴിക്കാറുണ്ട്. എന്നുവെച്ച് പ്രായ ത്തിന്റെ പരാധീനത കാണാതിരിക്കുമോ? കുറച്ചു കാലമായി മനസ്സു വിചാരിക്കുന്നിടത്ത് ദേഹം ചെന്നെത്തുന്നില്ല.

ഇപ്പോൾ എന്തായാലും ഡോക്ടറുടെ വിലക്ക് മറികടന്നു കോണി പ്പടികൾ കയറുക തന്നെ. അച്ഛൻ തീരുമാനിച്ചു. മകൾ വന്ന ഉടനെ സ്വന്തം മുറിയിലേക്കാണ് കയറി പോകുക. അപ്പോൾ താൻ ഉപയോഗിച്ചു കൊണ്ടിരുന്ന മുറി വൃത്തികേടായി കിടക്കുന്നത് കണ്ടാൽ അവൾക്കെന്തു തോന്നും?

കോണിപ്പടികൾ ചവുട്ടി കയറി മുകളിലെ നിലയിലെത്തിയപ്പോ ഴേക്കും അച്ഛൻ ആകെ കിതച്ചുപോയി. എങ്കിലും, അത് വകവെക്കാതെ മകളുടെ മുറിയുടെ നേർക്ക് നടന്നു.

മുറിയുടെ വാതിൽ തള്ളിത്തുറന്നപ്പോൾ തനിക്കു ഏറ്റവും പ്രിയപ്പെട്ട സൗരഭ്യം നാസികയിലേക്ക് ഇരച്ചു കയറുന്നതായി അച്ഛനു തോന്നി. ഈശ്വരാ....പെറ്റു വീണ ഉടനെ മകളെ തന്റെ കൈയിലേക്ക് വെച്ച് തന്നപ്പോഴാണ് ആദ്യമായി ഈ സൗരഭ്യം താൻ ആസ്വദിച്ചത്. പിന്നീട് മകൾ എപ്പോൾ അടുത്ത് വരുന്നുവോ അപ്പോഴൊക്കെയും ഈ സൗരഭ്യവും അവളുടെ കൂടെയുണ്ടാകും.

മറ്റാർക്കും ഈ സൗരഭ്യം തിരിച്ചറിയാൻ പറ്റിയെന്നു വരില്ല. അവളുടെ അമ്മക്ക് പോലും.

വിചാരിച്ചതുപോലെയല്ല. മകളുടെ മുറി വൃത്തിയായി തന്നെയാണ് കിടക്കുന്നത്. മേശപ്പുറം നിറയെ പുസ്തകങ്ങൾ ചിതറിക്കിടക്കു ന്നുവെന്നു മാത്രം. കഴിഞ്ഞ തവണ വന്നപ്പോൾ കുറച്ചു നേരംകൊണ്ട് മകൾ റാക്കിൽനിന്ന് വാരി വലിച്ചിട്ടതാവണം ഈ പുസ്തകങ്ങൾ.

മുമ്പൊക്കെ നല്ലവണ്ണം വായിക്കുമായിരുന്നു അവൾ. ഇപ്പോൾ ആ പതിവുണ്ടോ, ആവോ? ചിലപ്പോൾ സമയം കിട്ടുന്നുണ്ടാവില്ല. കുടുംബ ജീവിതത്തിന്റെ ബദ്ധപ്പാടുകൾക്കിടയിലല്ലേ അവളിപ്പോൾ? അതും ഈ ചെറുപ്രായത്തിൽ....

ആകാശത്തിനു കീഴെയുള്ള ഏത് കാര്യവും മകൾ തങ്ങൾ

അച്ഛനോടും അമ്മയോടും പങ്കുവെക്കാറുണ്ടെന്നാണ് കരുതിയിരുന്നത്. അത് വെറുതെയായി, ഒരു യുവാവുമായി ഇഷ്ടത്തിലായിരുന്ന കാര്യം മാത്രം അവൾ പറയാതെ മാറ്റിവെച്ചപ്പോൾ.

മകളുടെ ഒരു ആഗ്രഹത്തിനും തനിക്കോ അവളുടെ അമ്മക്കോ എതിര് നില്ക്കാനാവില്ല. എങ്കിലും, പറഞ്ഞു നോക്കി. "ഇപ്പോൾ വേണ്ട, മോളെ....കുറച്ചു കഴിഞ്ഞു നടത്തിത്തരാം."

മകൾ സമ്മതിച്ചുവെന്നാണ് കരുതിയത്. അതും തെറ്റി, ഒരു ദിവസം സുമുഖനായ ആ യുവാവ് വീട്ടിലേക്കു കയറി വന്നപ്പോൾ. ഇനി വൈകി പ്പിക്കാൻ പറ്റില്ലെന്ന് അവൻ തുറന്നു പറഞ്ഞു. വീട്ടുകാർ വേറെ വിവാഹം ആലോചിക്കുന്നുണ്ട്.

അന്വേഷിച്ചു നോക്കി. പയ്യന്റെ ചുറ്റുപാടുകൾ തരക്കേടില്ല. നല്ല കുടുംബം. നല്ല ജോലിയും.

ആർഭാടമായിത്തന്നെ കല്യാണം നടത്തി. മകളുടെ സന്തോഷ ത്തിനു അതിരില്ലായിരുന്നു. ഭർത്താവിന്റെ കൂടെ ഇറങ്ങേണ്ടുന്ന സമ യമായപ്പോൾ അത് പെട്ടെന്ന് കത്തിയടങ്ങുകയും ചെയ്തു. അച്ഛനെയും അമ്മയെയും ഇവിടെ തനിച്ചാക്കി എങ്ങനെ പോകും?

തന്റെ നെഞ്ചിൽ മുഖമമർത്തി വിതുമ്പുകയായിരുന്ന അവളെ അവിടെ നിന്ന് മെല്ലെ അടർത്തി മാറ്റി പറഞ്ഞു കൊടുത്തു. "അച്ഛനും അമ്മയും ഇവിടെ എങ്ങനെ തനിച്ചാവും? ഇതാ.... ഈ നെഞ്ചിനകത്തു മോളെപ്പോഴും ഉണ്ടാകുമല്ലോ...."

മകളുടെ മുറി അടച്ചു താഴെ നിലയിലേക്ക് വന്ന് വീട്ടിന്റെ വരാന്തയിലേക്കിറങ്ങി അച്ഛൻ..

അടുക്കളയിൽ മകൾക്ക് വേണ്ടി ഊണ് ഒരുക്കുന്ന തിരക്കിലാ യിരിക്കണം അവളുടെ അമ്മ. ഈയിടെയായി പെരുമാറ്റം ശരിയല്ലെങ്കിലും പാവമാണ് അവർ. വേണ്ടത്ര അസുഖങ്ങൾ അവർക്കുമുണ്ട്. അത് പുറത്തു പറയുന്നില്ലെന്ന് മാത്രം.

മുറ്റത്തു വെയിൽ കത്തിയെരിയുന്നു. നേരം ഉച്ചയോടു അടുക്കു കയാണ്. എന്താണ് മകൾ വരാൻ ഇത്രയും വൈകുന്നത്? ഇനിയിപ്പോൾ ഊണിന്റെ നേരമാകുമ്പോഴേക്കും എത്തുകയില്ലെന്നു വരുമോ?

പിന്നെയും ഏറെ നേരം കഴിഞ്ഞ് മകളെയും വഹിച്ചുകൊണ്ടുള്ള കാർ മുറ്റത്തു വന്നു നിന്നു. കാറിൽ നിന്നിറങ്ങുമ്പോൾ തന്നെ മകൾ പറഞ്ഞു തുടങ്ങി: "എന്താ അച്ഛാ ഇത്? ആകെ ക്ഷീണിച്ചിരിക്കുന്നല്ലോ. ശരിക്കും ഭക്ഷണം കഴിക്കാറില്ലേ?"

അച്ഛന്റെ ശ്രദ്ധ മകൾ ഇറങ്ങിക്കഴിഞ്ഞിട്ടും തിരികെ പോകാതെ നില്ക്കുന്ന കാറിന്റെ നേർക്കായിരുന്നു. അത് മനസ്സിലാക്കിയ മകൾ പറഞ്ഞു: "എനിക്ക് ഈ കാറിൽത്തന്നെ തിരികെ പോകണം, അച്ഛാ..."

മകൾ വരുമ്പോഴൊക്കെ അച്ഛൻ കരുതാറുള്ളതാണ്. അവളിങ്ങു വരട്ടെ, ഇത്തവണയെങ്കിലും കുറച്ചു ദിവസം ഇവിടെ നില്ക്കാതെ തിരികെ വിടില്ല.

അത് വെറുതെയാണ്. മകൾ വന്നുകഴിഞ്ഞാൽ തന്റെ ഉള്ളിലുള്ള കാര്യം അവളോട് പറയുകയില്ല. താൻ പറഞ്ഞിട്ട് മകൾ അനുസരിച്ചി ല്ലെങ്കിലോ എന്നോ മറ്റോ ഒരു ഭയമാണ്..

ഇതൊന്നും അറിയാതെ മകൾ വന്ന ദിവസം തന്നെ തിരികെ പോകുകയും ചെയ്യും.

അപ്പോൾ അച്ഛൻ സ്വയം ആശ്വസിക്കും. അല്ലെങ്കിലും അവളെ ഇവിടെ നില്ക്കാൻ എങ്ങനെ നിർബ്ബന്ധിക്കും? അവൾ തിരികെ പോയില്ലെങ്കിൽ ഭർത്താവ് അവിടെ തനിച്ചാവില്ലേ?

മകൾക്ക് വേണ്ടി അവളുടെ അമ്മ വിഭവ സമൃദ്ധമായ സദ്യ തന്നെ ഒരുക്കിയിരുന്നു. മകൾ രുചിയോടെ ഊണ് കഴിച്ചു. അതിനിടയിൽ വാ തോരാതെ വിശേഷങ്ങൾ പറഞ്ഞുകൊണ്ടുമിരുന്നു.

പോകാൻ തിരക്കുണ്ടല്ലോ. ഊണ് കഴിഞ്ഞ ഉടനെ തന്നെ അച്ഛനെയും അമ്മയെയും കെട്ടി പിടിച്ചു യാത്ര പറഞ്ഞു അവൾ ഇറങ്ങി.

അച്ഛൻ വീണ്ടും വരാന്തയിലേക്കിറങ്ങി അവിടെയുള്ള ചാരുകസേ രയിലേക്ക് അമർന്നു.

എപ്പോഴും മകൾ വന്നു പോയിക്കഴിഞ്ഞാൽ ഇങ്ങനെയാണ്. തന്റെ ഉള്ളവും പറിച്ചെടുത്താണ് അവൾ പോയതെന്നു അച്ഛനു തോന്നി പ്പോകും. അത്രയും വേദനയായിരിക്കും അവിടെ.

വയറു നിറയെ ഊണ് കഴിച്ചതല്ലേ? മധുരം തീരെ പാടില്ലെങ്കിലും പായസവും കഴിച്ചു. മകൾ വന്ന ദിവസമായതുകൊണ്ട് അവളുടെ അമ്മ എതിര് പറഞ്ഞതുമില്ല.

കണ്ണുകൾ താനെ അടഞ്ഞു പോകുന്നു. നല്ല ഉറക്കം വരുന്നുണ്ട്.

എത്ര നേരം കഴിഞ്ഞുവെന്നു അറിയില്ല. ആരോ കരയുന്ന ഒച്ച കേട്ടാണ് ഞെട്ടിയുണർന്നത്. കണ്ണ് മിഴിച്ചു നോക്കുമ്പോൾ നടുങ്ങിപ്പോയി.

ഈശ്വരാ.. കരയുന്നത് തന്റെ മകളാണല്ലോ...മുറ്റത്ത് പൊരിവെയി ലിൽ നിന്നിട്ട് മകൾ ഏങ്ങലടിച്ചു കരയുന്നു.

കുറച്ചു നേരം മുമ്പ് ഊണു കഴിച്ചു യാത്ര പറഞ്ഞു ഇറങ്ങി പോയതല്ലേ അവൾ? എന്തേ തിരികെ വന്നത്? അത് എന്തിനായാലും വീട്ടിലേക്കു നേരെ കയറി വരാതെ മുറ്റത്ത് ഇങ്ങനെ നിന്നിട്ട് നിലവിളി ക്കണമോ?

എല്ലാം ഒരൊറ്റ വീർപ്പിനു വിളിച്ചു ചോദിക്കണമെന്നുണ്ട്. പക്ഷേ, ഒച്ച പുറത്തു വരുന്നില്ല. വാക്കുകൾ കണ്ഠത്തിൽ എവിടെയോ തടഞ്ഞു പോകുന്നു.

മകൾ നിർത്താതെ കരയുക തന്നെയാണ്.

അലറി വിളിച്ചു നോക്കി. മോളേ.....

ആരോ തോളിൽ പിടിച്ചു ശക്തിയായി കുലുക്കുന്നു. നോക്കുമ്പോൾ തൊട്ടരികെ മകളുടെ അമ്മ നില്ക്കുന്നു. അവരുടെ മുഖത്തെ പരിഭ്രാന്തി എളുപ്പത്തിൽ തിരിച്ചറിയാം.

മകൾ എവിടെ പോയി? അവളെ മുറ്റത്ത് കാണാനില്ലല്ലോ. അവിടെ

കത്തിയെരിയുന്ന വെയിൽ മാത്രമേയുള്ളൂ. ഇത്ര നേരവും മകൾ മുറ്റത്തെ ഈ പൊരിവെയിലിൽ നിന്നിട്ട് കരയുകയായിരുന്നില്ലേ....

ദൂരെ എവിടെ നിന്നോ എന്നവണ്ണം അമ്മ ചോദിക്കുന്നത് അച്ഛനു കേൾക്കാം.

"കൊച്ചു വെളുപ്പാൻ കാലം തൊട്ടു ഇവിടെ ഇരിക്കുന്നതല്ലേ? നേരം ഉച്ച കഴിഞ്ഞു....ഊണ് കഴിക്കേണ്ടേ?"

"ഇതുവരെ ഊണ് കഴിച്ചിട്ടില്ലെന്നാണോ നിയ്യ് പറയ്ന്നത്? അപ്പൊ നേരത്തെ മോളുടെ കൂടെ ഊണ് കഴിച്ചതല്ലെ നമ്മൾ?" അച്ഛൻ ചോദിച്ചു.

അമ്മ നടുങ്ങുന്നത് കാണാമായിരുന്നു. അത് കാര്യമാക്കാതെ അച്ഛൻ വീണ്ടും ചോദിച്ചു:

"മോള് എവിടെ പോയി? ഇത്രയും നേരവും മുറ്റത്തുണ്ടായിരു ന്നല്ലോ? പാവം... കരയുകയായിരുന്നു. എന്ത് പറ്റി ആവോ."

അമ്മ പൊട്ടിത്തെറിച്ചു: "മോളോ? ഏതു മോള്...ഒരു മാസം പോലും കഴിഞ്ഞിട്ടില്ലല്ലോ... അപ്പോഴേക്കും മറന്നോ മോള് സ്വന്തം മുറിയിൽ തൂങ്ങിനിന്നത്?"

അച്ഛൻ ആൾക്കൂട്ടത്തിൽ ഒറ്റപ്പെട്ടുപോയ കൊച്ചു കുട്ടിയെപ്പോലെ പകച്ചു നോക്കി.

അമ്മയുടെ ദേഷ്യം പതിയെ കരച്ചിലിന് വഴി മാറി.

"എന്താ മോള് ചെയ്ത തെറ്റ്...കൂടെ പഠിക്കുന്ന പയ്യനുമായി ഇഷ്ടം കൂടിയതോ? നിങ്ങളെന്താ ചെയ്തെ... ബെൽട്ട് ഊരി പൊതിരെ തല്ലി....അതിന്റെ സങ്കടം സഹിക്കാനാവാതെ... എന്റെ മോള്..."

ഇരു കൈപ്പടവും ഉയർത്തി ചെവി പൊത്തിപ്പിടിച്ചു. ഇനി ഒന്നും കേൾക്കേണ്ട എന്ന് ശിരസ്സനക്കി കാണിച്ചു അച്ഛൻ. എഴുന്നേല്ക്കാൻ ശ്രമിച്ചു, അതിനു സാധിക്കാതെ പിറകോട്ടു കസേരയിലേക്ക് തന്നെ വീണു. അതിനിടയിൽ തനിക്കു മാത്രം കേൾക്കാൻ എന്നവണ്ണം പറഞ്ഞു: "അപ്പൊ...ഇനി മോള് വരില്ല.... അല്ലെ?"